திருவேட்கை

தெய்வீகன்

 தமிழினி

திருவேட்கை

சிறுகதைகள்

தெய்வீகன்

முதல்பதிப்பு : டிசம்பர் 2023 •
கணினி: பி.கி.ராம்குமார் •
அச்சு: பாவை பிரிண்டர்ஸ், சென்னை - 14.

© தெய்வீகன்

வெளியீடு:
தமிழினி
63, நாச்சியம்மை நகர், சேலவாயல், சென்னை - 51.
email:tamilinibooks@gmail.com
Webjournal:tamizhini.in

விலை ரூ. 160.00

தமிழின் தீராப் பிரியன்
நண்பன் அருணுக்கு இந்நூல்

நான் நேசிக்கும் மக்களுக்காக
என்னைச் சினமூட்டும் விடயங்களை எழுதுகிறேன்.

சங்கரி

உள்ளே...

1.	திருவேட்கை	7
2.	ரம்போ	14
3.	உயிர்தரிப்பு	28
4.	இருள் மீது குற்றமில்லை	38
5.	தற்பலி	53
6.	வன ராணி	59
7.	ஜூடோ	71
8.	புனிதக்கிளை	80
9.	பிறிதொரு நறுமணம்	91
10.	பயனிலை	101
11.	இலக்கியம்: காலத்தின் நரம்பில் கேட்கும் தீரா ஒலி	110

திருவேட்கை

(1)

லண்டனிலுள்ள கப்பல் கட்டுமானத் துறையில் உயர் பதவி வகித்தவர் மோர்கன். அவருடைய ஒரே மகன் அல்பேர்ட் தன்னுடைய வீட்டுப் பணிப்பெண் கரோலினாவுடன் பள்ளி முடித்து திரும்பி வந்து கொண்டிருந்தான். வீதியோரச் சந்தைக் கடையொன்றில் சரிகை வைத்த சிறிய கைக்குட்டைகள் பல வண்ணத்தில் தொங்கின. நெரிசலான கடைத்தெருவில் கூடத் தொடங்கிய பலரும் பெறுமதியான கைக்குட்டைகளை ரசித்து வாங்கினார்கள். ஆசிர்வதிக்கப்பட்ட நூலால் நெய்யப்பட்டதைப் போன்று சிலர் உளம் கனிந்து ஆனந்தப் பெருக்கு அடைந்தனர். கரோலினாவின் கைகளைப் பிடித்தபடி, கைக்குட்டைகளையும் அங்கே கூடியிருந்தவர்களையும் வியந்து பார்த்துக்கொண்டிருந்தான் அல்பேர்ட்.

வீட்டில் தகப்பனும் தாயும் வைத்திருந்த கைக்குட்டைகளை, அல்பேர்ட் ஒருபோதும் தொட்டறிந்ததில்லை. தந்தை மோர்கனின் கைக்குட்டையை எடுத்துப் பார்ப்பதற்கே அல்பேர்ட்டுக்குத் துணிவிருக்கவில்லை. ஒருநாளிரவு குளிர் மிகுந்திருந்தது. தணலடுப்பில் குளிர்காய்ந்தபடி புத்தகத்தின் பக்கங்களைப் புரட்டிக் கொண்டிருந்த தாயிடம் அல்பேர்ட் கேட்டான்.

“அம்மா எனக்குமொரு கைக்குட்டை வேண்டும்”

“என் வைரமே! கைக்குட்டையானது உனது பெருமைகளில் ஒன்று. நீ அடைய விரும்பும் உன்னதங்களில் முதன்மையானது. அதனை அணிந்து கொள்ள ஒரு மொழியிருக்கிறது. அது உன் வசப்படும் நாள் வரைக்கும் காத்திரு. இதன் மகத்துவம் இப்போது உனக்குப் புரியாது. அப்பாவும் நானும் அழகான கைக்குட்டை யொன்றை உனக்குப் பரிசளிப்போம். அதுவரை காத்திரு” என்றாள்.

ஆனால் இன்று கரோலினாவுடன் சந்தையில் நின்று கொண்டிருந்த அல்பேர்ட்டிற்கு வண்ணமான கைக்குட்டைகளையும்,

அதனை வாங்கிக் களிப்புறும் மக்கள் திரளையும் கண்டு மூச்சு வேகமானது. என்னால் பெற இயலாத ஒன்றா இதுவென்ற கேள்வி எழுந்தது. அவனுக்குள் ஒரு தீமழை இறங்கிற்று. தன்னுடைய சிறகுகளை விரித்துத் தாழப்பறந்திறங்கும் கழுகின் மூர்க்கம் அவனுக்குள் அலகு தீட்டியது.

வட்டத்தொப்பியணிந்து கைக்குட்டையை வைத்துப் பார்த்துக்கொண்டிருந்த வயோதிகனை இலக்கு வைத்தான். அவருடைய கையிலிருந்த கைக்குட்டையைப் பறித்துக்கொண்டு உயரப்பறக்கும் வேகத்தோடு ஓடி மறைந்தான். தன் குஞ்சைப் பறிகொடுத்த திகைப்போடு கழுகை விரட்டுபவளைப் போலவே கரோலினா, அல்பேர்ட்டைத் துரத்தினாள்.

"அல்பேர்ட் அல்பேர்ட்... ஓடாதே நில்லு."

வீதியின் குறுக்காய் பாய்ந்து வந்த குதிரை வண்டியில் மோதி இடறி விழுந்தான் அல்பேர்ட். கரோலினா ஓடிச் சென்று அவனைத் தாங்கிப் பிடித்தாள். இருவரின் மூச்சிரைப்பும் வீதியில் கூடிநின்றவர்களை நோக்கியபோது குற்றத்தால் அதிகரித்தது. அல்பேர்ட் தாழ்த்திய தனது முகத்தை நிமிர்த்தாமல் பூமியையே பார்த்தான்.

அதிவேகமாக வந்த கைக்குட்டை கடைக்காரன் கரோலினாவை முதுகில் உதைந்து விழுத்தினான். அல்பேர்ட் விசுக்கென ஓடித் தப்பித்தான். கரோலினாவும் கைக்குட்டையும் வீதியில் பேசு பொருளாகின. இரண்டு பொலீஸார் கூட்டத்தை விலத்திக்கொண்டு உள்ளே நுழைந்தார்கள். இரண்டு நாட்களிலேயே வோர்விக் நீதிமன்றத்தில் கைக்குட்டை திருடிய குற்றவாளியென கரோலினாவுக்கு தீர்ப்பு வழங்கப்பட்டது.

சர்வ வல்லமைகளாலும் தனது மகனைக் காப்பாற்றிய மோர்கன் குடும்பம் வோர்விக் நகரைவிட்டு வெளியேறினார்கள். குற்றத்தின் வேதனையில் நெளிந்தபடி அல்பேர்ட் தாயிடம் சொன்னான்.

"அம்மா, கைக்குட்டையைத் திருடியது நான்தான். இவர்கள் ஏன் கரோலினாவை தண்டிக்கிறார்கள்"

சுவாசத்தில் வெக்கையும் அவமானமும் இருந்தது. பிளவுண்ட தன்னுடைய சொற்களை நடுங்காமல் தொகுத்து, ஒரு சூரியோதம் போல புன்னகையோடு அல்பேர்ட்டின் தாய் சொன்னாள்.

"அவர்கள் ஏழைகள். தண்டிக்கப்படுவதற்காகவே பூமிக்கு வருகிறார்கள். நீ அவர்களைப் பற்றி கவலை கொள்ளாதே."

அல்பேர்ட் தனது கண்களை தடாலென மூடிக்கொண்டு "கரோலினா என்னை மன்னித்துக் கொள்" என்றான்.

லண்டன் நீதிமன்றத்தில் ஐந்து வருடங்களுக்கு அதிகமாக சிறைத்தண்டனை வழங்கப்பட்ட குற்றவாளிகள் அனைவரையும் தனது காலனி நாடான ஆஸ்திரேலியாவுக்கு அனுப்புவதற்கு முடிக்குரிய பிரித்தானிய அரசு தீர்மானித்தது. கரோலினாவும் அவளது ஒரே மகனுமான டேவிட்டும் நீதிமன்றத்தை விட்டு வெளியே வந்தார்கள். அழுகையை உண்டாக்கும் திகிலோடு காற்று மூச்சு வாங்கிப் பறந்து போனது.

ஆயிரத்து நாநூற்றி எழுபத்து ஆறாம் ஆண்டு மார்ச் மாதம் இருபத்தாறாம் திகதி ஞாயிற்றுக்கிழமை மழையும் காற்றும் மிரட்டியது. ஆனாலும் குற்றவாளிகளைக் கப்பலில் அனுப்பும் முடிவில் பிரித்தானியா தாமதிக்கவில்லை. கடலில் விழுந்து அழுகினாலும் கவலையில்லையென அதிகாரிகள் அறிவித்தனர். கைக்குட்டை திருடிய குற்றத்தில் தண்டனை வழங்கப்பட்ட நூறு பேர் உட்பட நூற்று நாற்பது குற்றவாளிகளுடன் 'பிறின்ஸ் ஒவ் ஹம்ஷயர்' கப்பல் புறப்பட்டது. கரோலினா டேவிட்டை அணைத்து வைத்தபடி அமர்ந்திருந்தாள். விரிந்த கடலில் விழும் மானுடர் கண்ணீர் தனித்த கழிவு.

(2)

ஆஸ்திரேலியாவின் வன் டீமன் தீவுக் கரையைக் கப்பல் வந்தடைந்தது. கைதிகள் இறக்கப்பட்டார்கள். அந்நியத்தின் காற்று முகம் மோத கரோலினா மகனைத் தூக்கி வைத்திருந்தாள். குற்றமற்றவர்கள் தண்டிக்கப்படும் அநீதியின் துறைமுகமென காணும் வெளிமுழுதும் நீண்டிருந்தது. கரோலினாவின் கண்ணீர் கனத்து விழுந்த கப்பல் அலைகளில் நிதானமற்று ஆடியது. நீதியின் உப்பு பூமியில் மிஞ்சுமென்று அவளால் நம்பமுடியாமலிருந்தது.

ஈரக்காடுகள் சூழ்ந்த மலையுச்சியில் உறைந்து கிடந்த சிறை. நூற்றுக்கணக்கான பெண் சிறைவாசிகளோடு அடைக்கப்பட்டாள். குழந்தைகளைப் பராமரிப்பதற்கு பிரத்தியேக இடம். சுண்ணாம்புச் சுவர்களாலான நீண்ட மண்டபத்தில் ஆடைகள் தயாரிக்கும் முழுநேர வேலை. ஏழு வருட தண்டனையை ஒவ்வொரு நாளாக எண்ணத் தொடங்கினாள் கரோலினா. பணியிடத்தில் அழுது அரற்றுபவர்களின் மேனியில் சிறையதிகாரிகளின் கசையடிகள் ரத்தம் பார்த்தன. சிலர் மாதக்கணக்கில் இருட்டறையில் வீசப்பட்டார்கள்.

நீண்ட வெள்ளைத்துணிகளை தொட்டிகளில் முக்கியெடுத்து, சாயம் பூசுகின்ற வேலையை பார்த்து வந்தாள் கரோலினா. இழந்த வாழ்வின் வண்ணங்கள் எல்லாமும் கரைந்து போனதெனும் துயர் நுரைக்க கதறி அழுவாள். லண்டனில் கைக்குட்டைக் கடைக்காரன் தரையில் அழுத்தி விளாசிய அவமானத்தின் சீழ் கொதித்து வலித்தது. தண்ணீர் கொண்டுவந்த வாகனத்துக்குள் பதுங்கி சிறையிலிருந்து தப்பியோட முற்பட்ட பெண் கைதிகள் எல்லோர் முன்னிலையிலும் சுட்டுக்கொல்லப்பட்டார்கள்.

டேவிட்டினை அணைத்த கரோலினாவின் கைகள் அச்சத்தில் நடுங்கின. நெஞ்சு அதிர்ந்தது. குற்றமே செய்யாமல், தண்டனைக்குள் தலை கவிழ்த்துக் கிடக்கின்ற பாரம். தன் குழந்தையை எப்படியாவது காப்பாற்றிவிடவேண்டும் என்ற தாய்மையின் தவிப்பு ஓலமாய் அவளுக்குள் எரிந்தது.

ஐந்து வருட சிறைத்தண்டனை பூர்த்தியானவர்களில் நன்னடத்தையின் அடிப்படையில் சிலர் விடுதலை செய்யப்பட்டனர். ஆஸ்திரேலியாவில் அவர்கள் விரும்பிய தொழிலைச் செய்யலாம் என்றும் அறிவிக்கப்பட்டது. கரோலினாவும் டேவிட்டும் விடுதலை யாகியும் கொஞ்ச நேரம் சிறையின் முன்பாக அமர்ந்திருந்தனர். அவள் டேவிட்டின் மடியில் தலை வைத்து, வானத்தைப் பார்த்துக் கொண்டிருந்தாள். கண்ணீர்ப் பெருக்கில் அவனது கால்களை நனைத்தாள்.

“அம்மா, நாம் இப்போது குற்றமற்றவர்களா”

“டேவிட், எப்போதுமே குற்றமற்றவர்கள் நாம். ஆனாலும் எப்போதும் தண்டிக்கப்படுவோம்” என்றாள்.

“ஏனம்மா”

“பூமியில் நாதியற்றவர்களை இப்படித்தான் பாலைப் புழுதி மூடும்” என்றாள்.

டேவிட் கரோலினாவை முத்தமிட்டான். “பூமி நமக்கெனப் படைத்த குடிசையொன்றும் குற்றமற்ற சூரியனும் இங்கு இருக்கும். எழுந்து செல்வோம்” என்றான்.

(3)

லீட் பகுதியில் குடியேறினார்கள். அருகிலிருந்த கிராமத்துப் பாடசாலைக்கு டேவிட்டை அனுப்பினாள். அங்கேயே ஒரு சிற்றுண்டியகத்தை வைத்துக் கொண்டாள். எல்லாவிதமான பலகாரங்களையும் விற்று வருவாயை ஈட்டினாள். ஒருநாள்

அதிகாலையில் சமையல் கட்டில் வேலைபார்த்துக் கொண்டிருந்த கரோலினா மயக்கமாகிச் சரிந்தாள். பாத்திரங்களின் சத்தம் கேட்டும் உறக்கம் விழித்த டேவிட் தாயின் மூச்சற்ற உடலைக் கட்டியணைத்தான். அவளது கால்களைத் தொட்டு அம்மாவென்று கதறினான். பூமி நன்றாக விடியும் வரை தாயின் கைகளைப் பற்றி வெறித்துக் கொண்டிருந்தான். குற்றமற்ற சூரியன் எழுந்தது. குடிலினுள்ளே ஒளி புகுந்தது.

தாயின் பெருந்துயர் அவனுள் தகித்துக் குழம்பென உருப்பெருத்தது. நீதியால் வஞ்சிக்கப்பட்ட இனிமையான வாழ்வை இனி எவராலும் தரமுடியாதென உணர்ந்தான். திருட்டுக் குற்றம் சுமத்தப்பட்ட தனது தாயின் அழிவிற்கு அவன் பதில் சொல்ல விரும்பினான்.

பாடசாலைப் படிப்பை நிறுத்தினான். சிற்றுண்டியகத்தில் முழுக்கவனத்தையும் செலுத்தினான். முன்பிலும் பார்க்க பலர் உணவருந்த வந்தார்கள். தன்னிடம் ரொட்டியும் தயிர்க்கட்டியும் வாங்கும் அனைவருக்கும் இலவசமாக ஒரு கைக்குட்டையைக் கொடுக்கத் தொடங்கினான் டேவிட்.

தாயின் வாழ்விலிருந்து உதிர்ந்த வண்ணங்களை, ஒவ்வொரு கைக்குட்டைகளிலும் கோர்த்தெடுத்தான். இரவில் பல மணிநேரம் விழித்திருந்து கைக்குட்டைகளை உருவாக்கினான். அதன்பிறகு, காலையில் ரொட்டி செய்யவேண்டிய மாவைப் பிசைந்து வைத்துவிட்டு, படுக்கைக்குப் போனான். டேவிட்டின் ரொட்டியைவிட, லீட் பகுதியெங்கும் அவனது கைக்குட்டையே பிரபலமானது.

இலவச கைக்குட்டை பற்றிக் கேட்டவர்களிடம் தனது தாய்க்கு நேர்ந்தவற்றைச் சொன்னான். எந்தக் குற்றமுமற்ற அப்பாவிப் பெண்ணை பிரித்தானிய நீதிமன்றம் எவ்வாறு கடூழியச் சிறைக்குத் தள்ளியதென்ற சரித்திரம் லீட் பிரதேசத்தில் அனைவரிடமும் பரவியது.

பாடசாலையிலுள்ளவர்கள் டேவிட்டின் தாய்க்கு இழைக்கப் பட்ட அநீதிக்காக வருத்தம் தெரிவித்தார்கள். நீண்ட இரவுகளாய்த் தனித்திருந்து துயரத்தின் துணியால் அவன் கைக்குட்டைகளைச் செய்தான்.

“உன்னுடைய அம்மாவின் பொருட்டு நீ கைக்குட்டைகளை வழங்கியது போதும்” என்றனர்.

"நான் கைக்குட்டையை உங்களிடம் தருவதாக நீங்கள் நம்புகிறீர்கள். ஆனால் நான் அளிப்பது, நீதியின் கறையால் அழிக்கப்பட்ட ஒரு பெண்ணின் கருப்பையை, அவளது மேன்மையைக் கருக்கிய ரத்தம் உலராத கொடுமையின் நான்குமூலை கொண்ட நினைவுச்சின்னத்தை" டேவிட் சொன்னான்.

(4)

இரண்டாயிரத்து இருபத்து மூன்றாம் ஆண்டு இயேசு பாலன் பிறந்த அன்றைக்கு தேவாலயம் ஒன்றின் முன்பாக டேவிட்டின் சந்ததிப் பேத்தியான மிஷேல் கைக்குட்டையை எல்லோருக்கும் வழங்கினாள்.

அவளுக்கும் எனக்குமிடையே காதல் உண்டானமைக்கு பெரிய காரணங்கள் எதுவுமில்லை. அவளுடைய மூதாதையர்களைப் போல நானும் ஆஸ்திரேலியாவுக்கு கடல் வழியாக வந்தவன். சொந்த மண்ணில் யுத்தத்தினால் கசக்கி வீசப்பட்ட கைக்குட்டைகளைப் போல குழந்தைகளும் பெண்களும் கொல்லப்பட்டார்கள். கரோலினாவைத் திருடியென வீதியில் அறைந்ததைப் போல, எங்களைத் தமிழர்கள் என்று கொன்று குவித்த தீவிலிருந்து வந்தடைந்தேன். மிஷேலும் நானும் முதன்முறையாகக் கலவியில் முயங்கி மீந்திருந்த போது, அவள் சொன்னாள்.

"நானும் நீயும் ஒரு குழந்தையைப் பெற்றுக்கொள்ளும் போது பூமிக்கு நீதி திரும்பிவிடும்."

"அப்படியான எந்த அசட்டு நம்பிக்கையும் எனக்கில்லை மிஷேல். பூமிக்கும் நீதிக்குமிடையே பெரும்பாழ் தோன்றி-விட்டது" என்றேன்.

"தளராதே, இந்தப் பூமிக்கு எங்கள் கைக்குட்டை நீதியை அழைத்து வரும் திலீபா. நான் கைக்குட்டையை கையளிப்பது போல, எனக்கு நீ குழந்தையை அளிக்க வேண்டும்."

"மிஷேல். நீ என்ன சொல்ல வருகிறாய்?"

"நீ ஆயுதங்களாலும், கொடூர வஞ்சகங்களாலும் அழித்தொழிக்கப்பட்ட இனத்தின் மிச்சம். கொல்லப்பட்ட குழந்தைகள் -நாங்கள் கையளிக்கும் கைக்குட்டைகள் போல. இந்தப் பிரபஞ்சம் முழுதும் புலம்பெயரும் பறவைகள் கிளைகளில் அமர்ந்து பறப்பதைப் போல, ஆசுவாசம் கொள்ள எம்மிடமிருப்பது நினைவுகள் மட்டும்தான்"

"எமக்குப் பிறக்கப் போகும் குழந்தை எப்படி நினைவாக இருக்கும்?"

"இருக்கும். நினைவு என்பது இறந்தகாலத்தில் உறைந்தது மட்டுமல்ல. நிகழ்வதும்தான். நாம் வழங்கும் கைக்குட்டை நினைவா? நிகழ்வா? நீயே சொல்"

அவளை இறுக அணைத்து முத்தமிட்டுச் சொன்னேன்.

"பூமிக்கு நீதி திரும்பிவிடும் மிஷேல். உன்னுடைய முப்பாட்டான் டேவிட் பிறந்ததும், அவனை நல்லூர் முருகன் கோவிலுக்கு அழைத்துச் செல்வோம்."

"ஆனாலொன்று திலீபா. அவனை நாம் கடல்வழியாக அழைத்துச் செல்ல வேண்டும். சமுத்திரம் முழுதும் கைக் குட்டைகளை நிறைக்க வேண்டும்."

"இங்கிருந்து போவதற்கு சாத்தியமில்லை. அங்கிருந்து வேண்டுமானால் கடல் வழியாக வந்துவிடலாம்"

"அது எப்படி"

"அகதிகள் வருவார்கள் அல்லவா…"

கடல் முழுதும் அகதிகள் படகுகளில் கையசைத்து ஆஸ்திரேயாவின் கடற்கரையில் கரையொதுங்கினார்கள். மிஷேல் சொன்னாள் "அவன் வந்திறங்கியிருப்பான். வா சென்று பார்க்கலாம்."

"ஆர்?"

"எங்களுடைய பிள்ளை" என்று சொல்லிக் கட்டி அணைத்தாள்.

எனக்குள் ஒரு கடல் அந்தியொளியில் அலையற்று அசைந்தது.

ரம்போ

(1)

தலைநகர் கன்பராவில் பெருமைக்குரிய சாவுகளின் நினைவாக வீற்றிருந்த ஆஸ்திரேலிய போர் நினைவுப் பேராலயம், அதி முக்கிய கௌரவிப்பு நிகழ்வொன்றுக்காக தயாராகிக்கொண்டிருந்தது. காலை வெயில் விழுந்து நினைவாலயத்தின் முன்கோபுர நிழல் பரந்த பச்சைப்புல்வெளியில் சரிந்திருந்தது.

நாயை எதிர்பார்த்தபடி நானும் பேர்கஸனும் காத்திருந்தோம்.

ஈராக்கில் சித்திக் என்ற குறுநகரில் காலை நேர ரோந்துப் பணியின்போது வெடித்த கண்ணியில் படுகாயமடைந்தவன் பேர்கஸன். சிதறிய காலோடு இரத்தச் சகதியில் கிடந்தவனை, சக இராணுவத்தினர் இழுத்தெடுத்து, உயிர் கொடுத்ததோடு, நாடு திரும்பியவன். ஆறு ஆண்டுகளாக அன்பான அயலவன். சக்கர நாற்காலியையும் என்னையும் தவிர, நெருக்கமான உறவுகள் என்று அவனுக்கு யாரும் இல்லை.

சித்திரக்கற்களால் மடக்கி மடக்கிக் வேயப்பட்ட பென்னாம்பரிய அந்த நினைவுப் பேராலயத்தை பூமரக்கிளைகள் தழுவியபடி சரிந்திருந்தன. கிளைகளில் ஆங்காங்கே குமிழ்களாய் வெளித்தள்ளிய பொன்நிற மலர்கள், வெயில் கரைந்து உறைந்ததுபோல காட்சியளித்தன. நிகழ்வுக்கு வருகைதந்தவர்கள் அனைவரும் வெள்ளை வண்ண பிளாஸ்திக் கதிரைகளை நிரம்பியிருந்தனர்.

பாண்ட் வாத்திய ஓசை நினைவாலயத்தின் பின்பக்கமாகக் கேட்டவுடன், அரங்கிலிருந்தவர்கள் நிமிர்ந்து இருந்து கொண்டார்கள். சத்தம் ஆரோகணித்துச் சென்றது. நீல வண்ணச்சீருடையில் வாத்தியக்குழுவினர் அணிவகுத்தபடி மேடையை நோக்கி நகர்ந்துவருவது ரம்யமாகத் தெரிந்தது. வாத்தியக்காரர்களுக்குப் பின்னால், சாம்பல் வண்ணச் சீருடைகளில் இலட்சினை பொருத்திய படைத் தளபதிகள் ஊர்ந்து வந்தார்கள். அவர்களது நடையில் இராணுவ இறுக்கமும் பெருமையும் தெரிந்தது.

எல்லோரும் எழுந்து நின்று மதிப்பளித்தார்கள். பேர்கஸன் சக்கர நாற்காலிக்குள்ளிருந்து விழிகள் விரியப் பேரார்வத்துடன் எட்டிப்பார்த்தான். இறுதியாகக் கண்டுகொண்டோம்.

கழுத்தைத் தவிர மேனியெங்கும் கருமை படர்ந்த கொழுத்த நாய். அணிவகுப்பின் மத்தியில் இராணுவ வீரன் ஒருவனுக்கு அருகில் மிக நிதானமாக நடந்து வந்துகொண்டிருந்தது. தன்னைச் சூழக் கேட்டபடியிருக்கும் சத்தங்களுக்கு மிகவும் பழக்கமானதைப் போன்ற ஒத்திசைவான தோரணை அதன் மாபிள் கண்களில் தெரிந்தது. அவ்வப்போது கூட்டத்தை நிமிர்ந்து பார்த்தது. நடையில் கம்பீரத்தைக் காண்பித்தது.

பாண்ட் வாத்திய ஒலிகள் ஓய்ந்து, போர் வீரர்களை நினைவுகூரும் உரைகள் நிறைவடைந்தன. கௌரவிப்பு நேரம் ஆரம்பமானது. வெளிநாடுகளில் சென்று நேச நாட்டுப் படைகளுடன் சேர்ந்து போரிட்ட ஆஸ்திரேலிய வீரர்களின் பெருஞ்சாதனைளை தளபதி ஒருவர் பேசத்தொடங்கினார். சாதனைகள் நிகழ்த்தியவர்களின் பெயர்களை அவர் அரங்கதிரக் குறிப்பிட்டார். பின்னர், அந்தப் பெயர்களை அழைத்தபோது, இறுக்கம் குலையாத சீருடைகளுடன் வரிசையில் வந்த சேனாபதிகள் தங்களுக்குரிய இலட்சினைகளை வாங்குவதற்கு மார்பு புடைக்க நிமிர்ந்து நின்றார்கள். பார்வையாளர்கள் கரவொலி எழுப்பி வாழ்த்தினார்கள். மேடையின் ஓரத்தில் குந்தியிருந்து அனைத்தையும் கேட்டுக்கொண்டிருந்த எங்களது நாய், இப்போது தனக்கான நேரம் வந்துவிட்டதைப்போல முன்னாலிருந்த கூட்டத்தைப் பெருமையோடு பார்த்தது.

பல வண்ண இலச்சினைகள் தாங்கிய புதிய தளபதியொருவர் மேடையின் வலதுபுறமிருந்த ஒலிவாங்கித் தண்டின் முன்னால் வந்து நின்றார். கௌரவம் பெறவுள்ள பெருமதிப்புக்குரிய நாயின் சாதனைகளை வரிசைப்படுத்தினார். போர் நெடி கொண்ட மூன்று நாடுகளில் பணியாற்றியபோது, தன்னாற்றலால் கண்டுபிடித்த கண்ணிவெடிகள் என்ற நீண்ட கணக்கொன்றைச் சொன்னார். எதிரி நாட்டுக் கிளர்ச்சியாளர்களைக் கண்டுபிடிப்பதற்கு அந்த நாய் செய்த உதவிகளைக் கந்தக மணம் பறக்க விவரித்தார். விமான நிலையங்களில் அது முகர்ந்தறிந்த வெடிகுண்டுப் பொதிகள், போதைப்பொருள் பொட்டலங்கள் என்று அத்தனை சாதனைகளையும் மந்திரம்போலச் சொல்லிச்சென்றார். கரவொலி சூழ்ந்த மேடையின் நாயகனாய் அந்த நாய் நாணத்தோடு வாலைக் குழைத்தது. மாபிள் கண்கள் விரியச் சிரித்துக் குனிந்தது.

“தீர்மானித்துவிட்டேன். எனது நாயின் பெயர் ரம்போ” - உச்ச மகிழ்வில் என் காதருகில் வந்து சொன்னான் பேர்கஸன்.

தடித்த கருநீலத்துணியால் போர்த்திக் கழுத்தில் கறுப்புப் பட்டியணிந்து, மேடையின் மத்திக்கு அழைத்து வரப்பட்ட ரம்போ, அதற்கு முன்னர் அங்கு வந்த சகல படைத்தளபதிகளையும்போல மிடுக்கோடு நிமிர்ந்து நின்றது. ரம்போவுக்காக எல்லோரும் எழுந்து நின்று சிறப்பாகக் கரவொலி எழுப்பினர். அரங்கில் சத்தங்கள் பெருகப் பெருக ரம்போவின் கண்களில் மகிழ்ச்சியின் அலைகள் திரண்டு தெரிந்தன. ரம்போவுக்கான பதக்கங்களை ஆஸ்திரேலியாவின் மூத்த படைத்தளபதிகளில் ஒருவர் முழந்தாளில் இருந்து அணிவித்தார். பதக்கங்களை சூடிக்கொண்ட ரம்போவிலும் இப்போது இராணுவ மிடுக்கொன்று தெரிந்தது.

(2)

போர் நிலங்களில் பணிபுரிந்த பெருமைக்குரிய நாய்களை, அவை ஓய்வுபெற்ற பின்னர் வீட்டுப்பிராணிகளாகத் தருவதற்கு ஆஸ்திரேலிய அரசு முடிவெடுத்திருப்பதாக அறியக் கிடைத்தவுடன், அவ்வாறான நாயொன்றைத் தான் வாங்கப்போவதாக பேர்கஸன் என்னிடம் கூறியிருந்தான். ஆரம்பத்தில் அவனது விருப்பம் எனக்குள் மென்மையான ஆச்சரியத்தைத் தந்தது. தனிமையின் பேரழுத்தங்களினால் அவன் பீடிக்கப்பட்டுவிட்டானா என்று யோசித்தேன். ஆனால், அவனுக்குள்ளிருந்த விருப்பம் வேறு பலதாயிருந்தது.

மூன்று மாதங்களின் பிறகு நானும் பேர்கஸனும் கன்பராவிலுள்ள சிறப்பு விலங்குகள் காப்பகத்துக்குச் சென்ற போது, ரம்போ சற்றுக் கொழுத்திருந்தது. கண்களில் பழைய மிடுக்குக் குறைந்து கனிவு தெரிந்தது. ரம்போவை அழைத்துச் செல்வதற்கான ஆவணங்களை அதிகாரி கார்லோஸிடம் பெற்றுக் கையெழுத்திட்டுக்கொடுத்தான் பேர்கஸன்.

போர் நிகழ்ந்த இடங்களில் பணி செய்து திரும்பிய களைப்பிலிருந்து ரம்போ முழுதாக மீளவில்லை என்று கூறி அதற்கான மாத்திரைகள் அடங்கிய குப்பியை கார்லோஸ் தந்தான். சிவப்புக் குப்பியிலுள்ள குளிசைகள் தீர்ந்த பிறகு, மெல்பேர்னில் எங்கு பெற்றுக்கொள்ளலாம் என்ற மருந்தக விவரங்களையும் குறித்துக் கொடுத்தான்.

"இன்றிலிருந்து இன்னொரு ஓய்வுபெற்ற ஆஸ்திரேலியப் படைவீரரும் உன் வீட்டில் வசிக்கப்போகிறார். அவரைக் கவனமாகப் பார்த்துக்கொள்" கார்லோஸ் சொன்னான்.

கார்லோஸின் குரலில் தெரிந்த கரிசனை எனக்குப் புரிந்தது. பேர்கஸனுக்கு அருகில் நின்றுகொண்டிருந்த என்னைப் பார்த்த கார்லோஸ், தனது பாதிச் சிரிப்பை எனக்கும் தந்தான்.

இறுதியில் ரம்போவை எங்களது காரின் பின் ஆசனத்தில் ஏற்றியபோது, அது காருக்கு மிகப்பழக்கமான பயணிபோல ஏறிக் கொண்டது. பின் ஆசனத்தில் அங்குமிங்குமாகத் தனது கொழுத்த உடலைப் புரட்டி விளையாடியது. முன் ஆசனத்தில் கால்களை வைத்து எழுந்து நின்று, தனது தலையைச் சரித்துவைத்து கண்ணாடி வழியாக வெளியே பார்த்தது. காரின் வாசனை அதற்கு மிகவும் பிடித்திருந்தது.

கன்பராவிலிருந்து மெல்பேர்ன் வரும்வரைக்கும், பேர்கஸன் நெடுவீதியையும் வாகனம் ஓட்டிய என்னையும் பார்த்ததைவிட, பின் ஆசனத்திலிருந்த ரம்போவைக் கவனித்ததுதான் அதிகம். நீண்ட சொந்தமொன்று தனக்குள் மீண்டதுபோன்ற நிறைவு அவன் மேனியெங்கும் பிரவாகித்து வழிந்தது.

(3)

எங்கள் வீட்டுக்கு அருகில் பாம்பு மலை என்ற விவசாய நிலங்களுடன் கூடிய பெருங்குன்று ஒன்றிருந்தது. அதன் அடிவாரத்தைச் சூழவும் சணல் வயல்கள் நிறைந்திருக்கும். அறுவடை முடிந்த பிறகு, அடிக்கட்டைகள் நிறைந்த பெரு நிலப்பரப்பு மஞ்சள் கடல்போலக் காட்சியளிக்கும்.

மாலை வேளைகளில் நாங்கள் ரம்போவுடன் அந்த வயல் வெளிகளில் உலாவி வரலாமென்று பேர்கஸனும் நானும் புதிய ஒழுங்குமுறையொன்றைத் தீர்மானித்துக்கொண்டோம். மாத்திரைகளின் தூக்கத்தினால் நடுப்பகல் வரைக்கும் சோம்பல் வழிந்தபடி வீட்டின் ஒவ்வொரு மூலையாக குட்டி நித்திரையடிக்கும் ரம்போ, மாலையானதும் சுறுசுறுப்பாகும்.

பாம்பு மலைக்கு மிக அண்மையில் நீளமான நதியொன்று பரந்திருக்கும். பளபளக்கும் நீல நிறத்தில் பள்ளத்தில் தெரியும் அந்த நதி ரம்போவுக்கு மிகவும் பிடிக்கும். பெரு வெளிகளையும் நதியையும் கண்டவுடன் தன்னை அறியாமல் தனியாக ஓடத்

தொடங்கும். தாவித் தாவி தரையை முகர்ந்து பார்க்கும். சில இடங்களில் கால்களால் நிலத்தைக் கிளறும். திடீரென்று சில இடங்களில் நிறுத்தி யோசிப்பதுபோல முகத்தைச் சரிக்கும். மீண்டும் வேகமாக ஓடும். ரம்போவின் சகல உடல்மொழிகளும் சாதாரண நாய்களைவிட மிகவும் வித்தியாசமானவையாகவே தெரிந்தன. அது என்ன சொல்ல வருகிறது என்பதைக் கலைத்து கலைத்துப் புரிந்துகொள்ள முயற்சிப்பது எமக்குப் பெரும் சவாலாக இருந்தது.

இதற்கிடையில் என்னுடைய அம்மாவின் தோழி ஒருத்தி வீட்டுக்கு வந்து சென்ற புண்ணியத்தில், ரம்போ ஈராக்கில் கண்ணிவெடியகற்றும் வேலையில் ஈடுபட்டது என்ற தகவல், அடுத்த தெருவிலிருந்த ஹாலிப் வீட்டுக்குத் தெரிந்துவிட்டது. ஒரு நாள் வேலை முடிந்து வரும்போது ஹாலிப் தனது மகனோடு எங்கள் வீட்டுக்கு வந்திருந்தான்.

ஹாலிப்பும் அவனது குடும்பமும் நான்கு வருடக் கடும்போராட்டத்துக்குப் பிறகு, ஈராக்கிலிருந்து வெளியேறி படகு வழியாக ஆஸ்திரேலியா வந்தவர்கள். அவர்களின் குடும்பத்தில் இருவர் உட்பட உறவினர்கள் பதினொரு பேர் ஈராக் போரில் இறந்துவிட்டார்கள். எங்கள் வீட்டிற்கு முன்னாலுள்ள பூங்காவில் கிறிஸ்மஸ் கொண்டாட்டங்கள் ஏற்பாடு செய்திருந்தபோதுதான் ஹாலிப்பினை முதன்முதலாகக் கண்டேன். பிறகு, அவ்வப்போது மாலையில் நான் பட்மின்டன் விளையாடப்போகும்போது தனது மகனோடு அங்கு வருவான். போர் தனது குடும்பத்தை தின்று சிதைத்த கதைகளைச் சொன்னான். அவனது இரண்டாவது மகளும் மனைவியின் தங்கையும் தனியாக இடம்பெயர்ந்து வந்துகொண்டிருந்தபோது, கண்ணிவெடியில் சிக்கிப் பலியான சம்பவத்தை ஒருநாள் கூறினான். போரின் சத்தங்கள் அடங்காத அவனது கண்களைப் பார்த்தேன். தனது மகள் உடலின் எந்தப் பாகமும் எஞ்சவில்லை என்று என் கைகளில் தன் கைவைத்துச் சொன்னபோது, அவனது கைகளில் நான் உணர்ந்த நடுக்கம், எனது ஒவ்வொரு நரம்பிலும் பரவியோடியது.

"ஹலோ ஹாலிப்... வாருங்கள் வாருங்கள்..."

ஹாலிப்பும் அவனது மகனும் ரம்போவைப் பார்ப்பதற்காக வீட்டுக்கு வந்திருந்தார்கள். பேர்கஸன் வீட்டுக்குத் தங்களை அழைத்துப்போகும்படி கேட்டார்கள்.

அவர்கள் வந்திருந்த மாலை நேரம் ரம்போ எங்களுடன் பாம்பு மலைப்பக்கமாக வழக்கம்போல நடைபோவதற்கு மிகுந்த

உற்சாகத்துடன் காத்திருந்தது. ஹாலிப்பையும் மகனையும் கண்டவுடன் அதன் கண்களைவிட வால்தான் வேகமாகப் பேசியது. ரம்போவைக் கண்டதும் அதன் கண்களைப் பார்க்கும் ஏக்கத்துடன் ஹாலிப் தலையை அங்கும் இங்குமாகச் சரித்தான். தன் நாட்டைக் கண்டுவந்த தேசாந்திரியிடம் கதை கேட்கும் ஆர்வத்தோடு அவன் ரம்போவை அள்ளியணைப்பதற்கு அவசரப்பட்டான். ரம்போவுடன் ஒரு பிணைப்பு உருவாகியதுபோல அவனது முகத்தில் பல மின்னல் கொடிகள் தோன்றி மறைந்தன.

இந்தக் காட்சியை பேர்கஸன் தனது சக்கர நாற்காலி-யிலிருந்துகொண்டு கனிவோடு கண்டு களித்தான். ரம்போ தனது வீட்டுக்கு வந்த நாளிலிருந்து பேர்கஸின் முகத்திலும் பெரும் மலர்ச்சி தெரிந்தது.

"நாங்கள் ரம்போவுடன் வெளியே போகும் நேரம்தான், ஹாலிப் நீங்களும் வாங்களேன்."

ஹாலிப் மிகுந்த மகிழ்ச்சியோடு இணைந்துகொண்டான். ஹாலிப்பைவிட அவனது மகனோடுதான் ரம்போ நெருக்கமானது. ரம்போ முதலில் அவனது கால்களை முகர்ந்தது. அவன் குனிந்திருந்து ரம்போவின் தலையை வருடிவிட்டான். அவனது பிஞ்சு விரல்களின் ஸ்பரிஸம் ரம்போவுக்குப் புதிதாயிருந்தது. கூச்சத்தில் அவனது கால்களை நக்கியது. பிறகு வழக்கம்போல சணல் வயல்களுக்குள் வேகமாக ஓடியது. வரம்புகளின் மீது துள்ளியெழுந்து புற்தரையில் விழுந்து, முடியை உதறியது. ஹாலிப்பின் மகன் ரம்போவின் சேட்டைகளைப் பார்த்துச் சிரித்தவாறே அதனைக் கலைத்துச் சென்றான்.

"இந்த நாட்டின் அடையாளம் கங்காரு. பண்ணைக்காரர்கள் என்றால் குதிரை, மாடு, ஆடு என்று எத்தனையோ வீட்டுப் பிராணிகள் உள்ளன. நாய் என்றாலும்கூட எத்தனையோ அழகான - பெறுமதியான - வீட்டுநாய்கள் வளர்ப்பதற்கு இங்கே இருக்கின்றன. போர் நிலத்து நாயை நீங்கள் வாங்கியிருப்பது புதிராக இருக்கிறது."

பேர்கஸனைப் பார்த்து ஹாலிப் கேட்டான்.

"நாங்கள் எல்லோரும் போரின் பிடியிலிருந்து அதிஷ்டத்தினால் தப்பிவந்தவர்கள் இல்லையா? மீண்டும் அந்தப் போரின் அடையாளமொன்றை வீட்டுக்குள் கொண்டுவந்து வைத்திருப்பது, எங்களது கெட்ட நினைவுகளைப் பாதுகாப்பதற்கு நாங்களே ஒரு பிரிட்ஜ் வாங்குவது போல் இல்லையா..."

ஹாலிப் தனது சந்தேகங்களை சரை சரையாகக் கொட்டினான்.

"உண்மைதான் ஹாலிப். போர்முனையில் ஏதோவொரு ஒளி காத்திருப்பதாக எதிர்பார்த்தோம். ஆனால், இன்று இந்தநாட்டில் வந்திருந்து பார்க்கும்போதுதான் புரிகிறது, போர் என்பது உலகின் மிகப்பெரிய அவநம்பிக்கை. அதன் மீது நாம் வைத்திருந்த எதிர்பார்ப்புதான் உலகின் மிகப்பெரிய பொய். படையிலிருக்கும் யாருக்கும் அது புரியாது. அதுதான் போர் எமக்குத் தருகின்ற போதை. அந்த அவநம்பிக்கையிலிருந்து மீண்டவர்கள் எல்லோரிலும் நான் என்னைப் பார்க்கிறேன். ரம்போ என்னைப்போன்ற எனக்கான அடையாளம்."

பேர்கஸனின் பதிலால் ஹாலிப்பின் முகம் ஆச்சரியமாய் மாறத் தொடங்கியது.

"உனது நாட்டினைக் கடைசியாகப் பார்த்து வந்த ஒரு நாயைக் காணவேண்டும் என்ற பேரார்வத்தோடு எப்படி ஓடிவந்தாயோ, அதுபோலத்தான்; இந்தப்போரை ஒட்டுமொத்தமாக எதிர்க்கும் ஒருத்தனை - பழியுணர்ச்சியற்ற ஒருவனை - எத்தனை யுகத்துக்கும் போரை நிராகரிக்கும் ஒருத்தனை - பார்க்கவேண்டும் என்ற எதிர்பார்ப்பு எனக்குள் எஞ்சிக்கிடக்கிறது. போருக்குள்ளிருந்து தப்பியோடி வந்தவர்கள்தான் போரிற்கான நிராகரிப்பை மீண்டும் மீண்டும் அழுத்தமாக உணரவேண்டும். இதோ பார்... எனது ரம்போவை... இது போருக்கு ஒட்டுமொத்தமான எதிரி. யார் புதைத்துச் சென்றாலும் கண்ணிவெடியைக் கண்டுபிடித்துக் கிளறச் சொல்லும். யார் வெடிகுண்டோடு நின்றாலும் முகர்ந்துபிடித்து செயலிழக்கச் சொல்லும். ரம்போ போரின் தூய எதிரி. எனக்கு இந்த நாய்கள் மீது பல ஆண்டுகளாக ஏற்பட்ட ஈர்ப்பும் நேசமும் எத்தகையது என்பதை இந்த நாய்களிடம் சொல்லக்கூட என்னால் முடியவில்லை என்பது ஒன்றுதான் எனக்குள்ள கவலையே தவிர, ரம்போ எனக்குக் கிடைத்திருப்பது, எனக்குள்ளிருக்கின்ற குற்ற உணர்வை கொஞ்சமாவது தணிக்கிறது ஹாலிப்."

பேர்கஸன் சொல்லிமுடிக்கவும், நாங்கள் பாம்பு மலைக்கு மிக அருகாமையில் வந்துவிட்டிருந்தோம். மேற்குச் சூரியன் தன் செங்கரங்களால் நதிநீரில் கோலம்போடத் தொடங்கியிருந்த நேரம். ரம்போ வழக்கம்போல நதியின் ஓரங்களை முகர்ந்தபடி ஓடிக்கொண்டிருந்தது. வயல்களுக்கு நீர் இறைப்பதற்காகக் கட்டிய வரிசையான வாய்க்கால் கற்களில் ஒன்றின் மீதிருந்து ஒன்றுக்குப் பாய்ந்து பாய்ந்து, நீரில் தன் முகம் பார்த்தது. தன் காதுகளின் அருகில் கட்டளைகள் கேட்காத வித்தியாசத்தை அவ்வப்போது

உணர்ந்துகொள்வதும் திரும்பிப் பார்ப்பதுமாகப் பதகளித்தது. ரம்போவிற்கு எங்களுடனான நடைப்பயணம் தினமும் புதிதாக இருந்தது.

ஹாலிப்பின் மகன் "ரம்போ... ரம்போ..." - என்று கத்தியபடி அதனைத் தன் பிஞ்சுக்கால்களால் துரத்திக்கொண்டிருந்தான்.

(4)

நான்கு மாதங்களில் பேர்கஸன்போல ரம்போ என்னுடனும் மிகவும் நெருக்கமாகிட்டான். காலையில் எழுந்தவுடன் மாத்திரை, அதன் பிறகு அவனுக்காகக் கட்டப்பட்ட அலுமீனியக் கூட்டுக்குள் மீண்டும் நுழைந்திருந்து நீண்ட நித்திரை. அன்றாட ஆகாரங்களில் குறைச்சலில்லை. வதக்கிய கோழி, முயல் இறைச்சி போன்றவற்றை இரண்டு மூன்று நாட்களுக்கொரு முறை பேர்கஸன் முறையாகச் சமைத்துப் பரிமாறினான். மதியத்திற்குப் பிறகு இன்னொரு மாத்திரை. மாலையில் நான் வேலைவிட்டு வந்த பிறகுதான், ரம்போவின் அன்றைய நாளே உற்சாகமாக ஆரம்பமாகும்.

ரம்போவுக்கு ஒரே மாதிரியான கால அட்டவணைக்குள் தன்னைப் பொருத்திக்கொள்வதற்கும் அதற்குரிய கட்டளைகளை பேர்கஸினிடமிருந்து பெற்றுக்கொள்வதற்கும் பிடித்திருந்தது. அதனை அது நிதானம் தவறாமல் பின்பற்றியது. நித்திரையற்ற நேரங்களில் ரம்போ அதிக சத்தத்தை விரும்பியது. பாம்புமலைப் பக்கம் கூட்டிச்செல்கின்றபோதெல்லாம், வெட்டவெளியில் வீசுகின்ற காற்றுச் சத்தம்கூட ரம்போவுக்குள் ஏதோவொரு வழமை உணர்வை ஏற்படுத்தியது. ரம்போவை நோக்கித் தொடர்ச்சியாக அதன் பெயரை நான் அழைத்தாலோ, பெரிய சத்தத்தில் கூவினாலோ அது ஏக மகிழ்ச்சியில் தன் உடலை உதறியபடி புற்தரையில் புரண்டு எழும்பும். உடல்மொழிகளின் ஊடாக தனக்குத் தேவையானதை எனக்குக் குறிப்புணர்த்துவதில் ரம்போவுக்குப் பெரும் திருப்தியிருந்தது.

ஆனால், அன்று இரவு -

கூட்டுக்குள்ளிருந்த ரம்போ பெரிய சத்தத்தில் குரைக்கத் தொடங்கியபோது நானும் அம்மாவும் அதிர்ந்துபோனோம். படுக்கையிலிருந்து துள்ளியெழுந்து நேரத்தைப் பார்த்தபோது இரவு ஒரு மணியாகியிருந்தது. ரம்போவை அடைத்துவைத்த அலுமினியக் கூட்டுப்பக்கமாகக் கேட்ட ஊளைச் சத்தம்

எங்கள் இருவருக்கும் பெரும் பீதியை ஏற்படுத்தியது. ரம்போ இதுவரைக்கும் எழுப்பியிராத பெரும் சத்தம் அது. ரம்போவின் சத்தம்தான் என்று நம்புவதற்கே எனக்குக் குழப்பமாகவிருந்தது. ரம்போவின் கூட்டுக்குள் ஏதாவது நுழைந்துவிட்ட அச்சத்தில் குரைக்கிறதா என்று முதலில் நினைத்தேன். பின் தாழ்வார வெளிச்சத்தைப் போட்டபோது, பேர்கஸனும் எழுந்து தனது சக்கரநாற்காலியுடன் கூட்டுப்பக்கமாக வந்துவிட்டான். எங்கள் வீட்டின் பின் வீட்டிலிருப்பவர்களும் பக்கத்து வீட்டார்களும் ஏற்கனவே ரம்போவின் சத்தத்திற்கு எழுந்துவிட்டார்கள். ரம்போ விடாது குரைத்துக்கொண்டிருந்தது.

“பசிபோல இருக்குது, குசினியில கோழி எலும்புகள் கொஞ்சம் கறியோட கிடக்குது. கூட்டுக்குள்ள வச்சுவிடு.” அரை நித்திரையில் அம்மா ஆலோசனை சொன்னார்.

அலுமீனியக் கூட்டுக்கு அருகில் சென்ற எனக்கு, ரம்போவின் இரண்டு கண்களும் மினுங்கும் குருதிக்கோளங்களாக அச்சமூட்டின. ரம்போவை நான் பார்த்தபோது தனதுடலில் தணல் விழுந்ததுபோலக் குரைத்தது. அந்தக் கூட்டின் அலுமீனியத் தடிகளைத் தனது கூரான பற்களால் கடித்தபடி என்னை மிரட்டியது. நான் கூட்டுக்கு அருகில் செல்லச் செல்ல அதன் குரைப்பொலி முன்பைவிட அதிகரித்தது. என்னையும் பேர்கஸனையும் கர்ஜனையோடு பார்த்தது. என்னைவிட பேர்கஸன் அதிகம் பயந்திருந்தான். பக்கத்து வீட்டில் தூக்கம் கலைந்த குழந்தையொன்றின் நீண்ட அழுகையொலி, ரம்போவின் குரைப்புக்கு மேல் கேட்டது. ரம்போ தனது கூட்டுக்குள் அங்குமிங்குமாக நடந்து தனது உடலைப் புரட்டிக் குரைத்துக்கொண்டிருந்தது. எந்தக் கணத்திலும் உடைத்துக்கொண்டு வெளியே வந்துவிடக்கூடும் என்ற பீதி என் தலையைப் பிரித்தது.

“ஏன் இன்னும் குலைக்குது? சாப்பாடு வச்சனியே” அம்மாவின் கேள்விகளுக்கு பதில் வழங்கமுடியாமல், எனது நா தடுமாறியது.

“நேற்றுத்தான் ரம்போவுக்கான மாத்திரை முழுவதுமாகத் தீர்ந்திருந்தது. அதனைக் கார்லோஸிடம் அழைத்துச் சொன்ன போது, “நான்கு மாதங்களாகிவிட்டன, இனிமேல் மாத்திரைகளை முற்றாகத் தவிர்க்கலாம்” என்று அவன் சொல்லியிருந்தான். ஆனால், மாத்திரை உட்கொள்ளாத முதல்நாளே ரம்போவுக்குள் இவ்வாறு பெரும் மாற்றங்கள் வெடிக்கும் என்று நான் எதிர்பார்க்கவில்லை”

பேர்கஸன் பரிதாபமாகச் சொன்னான்.

அடுத்த தெருவிலுள்ள வீடுகளிலும் வெளிச்சங்கள் தெரியத்தொடங்கின. 'யாராவது பொலீஸிடம் சொல்வதற்கு முன்னர், நாங்களே அழைத்து முறைப்பாடு செய்யலாமா' - என்று அம்மாவும் நானும் யோசித்துக்கொண்டிருந்தோம். சிறிது நேரத்தில், அம்மா சாமியறையில் வைரவர் படத்துக்கு முன்னால் தீபத்தை ஏற்றிவைத்து "காக்க காக்க கனவேல் காக்க" - என்று நடுங்கும் குரலில் கந்த சஷ்டிக் கவசத்தை முணுமுணுக்கத் தொடங்கினார். இன்னும் சற்றுப் பொறுக்கலாம், ரம்போ களைத்துப் படுத்துவிடுவான் என்று வீட்டுக்குள் குறுக்கும் நெடுக்குமாக நான் நடந்துகொண்டிருந்தேன். எனக்கு கால்களின் வழியாக பயக்குளிர் ஏறிக்கொண்டிருந்தது.

"நாய் கூட்டுக்குள்ள கொஞ்சத் திருநீறு போடுவமே தம்பி... வைரவர் வாகனம் சொன்னது கேக்கும்..."

எனது முகத்தில் தெரிந்த பதில் ரேகைகளைப் புரிந்துகொண்டு, அம்மா திரும்பவும் சாமியறைக்குள் போய்விட்டார்.

மூன்று மணி நேரப் பொறுமையின் பின்னர், காலை நேரக் குருவிச் சத்தங்களும் வாகன ஒலிகளும் கேட்கத்தொடங்கின. ரம்போவின் குரைப்பொலி அடங்கியது. ஜன்னல் வழியாக எட்டிப்பார்த்தேன். அலுமீனியக் கூட்டுக்குள் சிறிய அனுங்கல் ஒலி கேட்டுக்கொண்டேயிருந்தது. பின்னர் தூங்கிவிட்டது.

நாயின் சத்தம் அடங்கும்வரைக்கும் காத்திருந்தவர் போல அம்மா தொடங்கினார். "தேவையில்லாத கோதாரி வேலை தம்பி இது. ஊர் பேர் தெரியாத நாய வீட்டுக்குள்ள கொண்டுவந்து வச்சுக்கொண்டு பெரிய தலையிடியப்பா. நாளைக்கே ரெண்டுபேருமா போய் அவங்களிட்டத் திருப்பிக் குடுத்துப்போட்டு வாங்கோ...."

தூக்கம் கலைந்த சினம் அம்மாவை உலைத்தது. தனது காலை நேர வேலைகளுக்கு ஒத்திசைவாக ரம்போவை வைது தீர்த்தார்.

(5)

பெருங்குற்ற உணர்ச்சியில் உடைந்துகிடந்த பேர்கஸனைப் பார்க்கப் பரிதாபமாக இருந்தது. அவன் இரண்டாம் தடவையும் போரினால் காயமடைந்ததைப்போல மிகவும் உடைந்துபோயிருந்தான்.

வேலைக்கு அழைத்து லீவு சொன்னேன். கன்பரா அரச அலுவலகங்கள் ஒன்பது மணிக்குத்தான் திறக்கும். காத்திருந்து கார்லோஸிற்கு அழைப்பெடுத்தேன்.

“போர் நிலங்களில் பணிபுரிந்த நாய்கள் சத்தங்களுக்குப் பழக்கப்பட்டவை. அவற்றின் காதுகளில் ஏதாவதொரு சத்தம் விழுந்துகொண்டேயிருக்கவேண்டும். எந்த ஒலிகளுமில்லாத இரவுகள் இந்த வகை நாய்களுக்கு மிகுந்த ஒவ்வாமை மிக்கவை. அதற்காகத்தான் இவற்றுக்கு மாத்திரைகள் கொடுத்து, வீட்டு விலங்குகளாக மாற்றி, உங்களுக்குத் தருகிறோம். ஆனால், இவ்வளவு மாதங்களுக்குப் பிறகும் ரம்போ உங்களுக்குச் சிக்கல் கொடுக்கிறது என்றால், நீங்கள் திரும்பவும் மூன்று நேர மாத்திரைகளைக் கொடுக்கத் தொடங்குங்கள். நாயினால் ஆபத்து தொடரும் என்று நீங்கள் கருதினால், மீண்டும் கன்பராவுக்குக் கொண்டுவாருங்கள்”

கார்லோஸ் இது குறித்து முன்பே சொல்லியிருந்தபோதும், அதன் நீண்ட விளைவுகள் இவ்வளவு பயங்கரமானவை என்று பேர்கஸனோ நானோ உணர்ந்திருக்கவில்லை.

ரம்போவுக்கான மாத்திரையை வாங்குவதற்கு வெளியே போய்வந்தபோது, அம்மா வாசலிலேயே நின்றுகொண்டிருந்தார். முன்வீட்டு மஸிடோனியன்காரனும் பக்கத்துவீட்டு ஆஸ்திரேலியனும் நான் இல்லாத நேரத்தில் பேர்கஸினிடம் வந்து ரம்போ பற்றிய முறைப்பாட்டினை கடுமையாகச் சொல்லி யிருக்கிறார்கள். அம்மா ஆங்கிலத்தில் தனக்கு விளங்கியதை கோர்த்துவைத்து எனக்குச் சொன்னார். புதிதாக வாங்கிய நாய் என்றும் திருப்பிக்கொடுக்கப்போவதாகவும் அவர்களிடம் உறுதியளித்த பேர்கஸன் அவர்களை மன்றாடி அனுப்பி வைத்திருக்கிறான்.

வீடு திரும்பிய என்னிடம், “அவகாசமே வேண்டாம், நாயைக் கன்பராவுக்குத் அனுப்பிவிடுவோம்” என்று பேர்கஸன் குரல் தழுதழுக்கச் சொன்னான். மாற்று மார்க்கமோ மாத்திரை மார்க்கமோ வேண்டாம் என்பதில் பேர்கஸன் உறுதியாயிருந்தான். தான் வெறுக்கும் போரின் சிறுபொறியொன்றைத் தானே மூட்டிவிட்டதைப்போல அச்சம் அவனது விழிகளில் விம்மியது.

காலை தூக்கத்திலிருந்து எழுந்து, கூட்டுக்குள்ளிருந்து எங்களை எதிர்பார்த்துக்கொண்டிருந்த ரம்போவைப் பார்த்தேன். எதுவுமே நடக்காததுபோல வாலைக் குழைத்தது. சிறு ஒலிகளை

எழுப்பி அலுமீனியத் தடிகளின் வழியாக செல்லம் கொஞ்சியது. எனக்குக் கூட்டைத் திறப்பதற்கு அச்சமாக இருந்தது. முதல் நாளிரவு சுற்றுவட்டாரம் பட்டபாடுகள் இன்னமும் நினைவில் அகலவில்லை.

வேலைக்குப் போகாத எனது காரினை வீட்டின் முன் கராஜில் கண்டுகொண்ட ஹாலிப், மதியமளவில் ஐந்தாறு நண்பர்களுடன் வந்தான். ரம்போவின் முன்னிரவு அட்டகாசங்கள் அடுத்த தெருவுக்கும் எட்டிவிட்டதா என்ற ஆச்சரியத்தோடு அவனை வரவேற்றேன். ஹாலீப்போடு வந்தவர்கள் பேர்கஸன் வீட்டுக்கு வெளியே நின்றிருந்தார்கள். அவர்கள் அனைவரும் ஈராக்கியர்கள். தங்களது நாட்டில் வேலை செய்துவிட்டு வந்திருக்கும் ரம்போவைப் பார்க்கவேண்டும் என்று வந்திருப்பதாக ஹாலிப் கூறியபோது எனக்கு நெஞ்சுக்குள் குளிர்குழாயொன்று வெடித்ததுபோலிருந்தது.

ஹாலிப்பிடம் முதல் நாளிரவு நடந்தவற்றைச் சொன்னேன். அதற்கு என்ன காரணம் என்பதையும் விளக்கினேன். நான் கூறிக்கொண்டிருக்கும்போதே, அவன் வந்தபோதிருந்த பூரிப்பு முகத்திலிருந்து மறைந்தது. தனது நிலத்தில் போரினால் பாதிக்கப் பட்ட சக அகதி மீதான கவலையும் பரிவும் அவனுக்கு ரம்போ மீது எழுந்ததை உணரமுடிந்தது. கண் கலங்கினான். அவன் ரம்போவில் அதிகம் உரிமைகொள்வது எனக்குப் புதுமையா-யிருந்தது.

“உங்களுக்கு இது புதிததாக இருக்கலாம். இந்தப் பிரச்சினை என்னுடைய மகளுக்கும் பல காலமாக இருந்தது. அவள் பிறந்த-திலிருந்தே யுத்தச் சத்தங்களைக் கேட்டுக் கேட்டு, கதைகளைவிட சத்தங்களால் வளர்ந்தாள். இங்கு வந்தபிறகு, நாங்கள் பட்ட கஷ்டம் கொஞ்ச நஞ்சமல்ல. இது மனச்சிதைவு என்று கண்டுபிடிப்பதற்கே மருத்துவர்களுக்குப் பல காலமானது நண்பனே. எத்தனையோ மாத்திரைகள், எத்தனையோ தடவைகள் வைத்தியசாலையில் அனுமதித்து மேற்கொள்ளப்பட்ட தூக்கச் சோதனைகள் என்று சில மாதங்களுக்கு முன்னர்தான், சத்தங்கள் இல்லாமல் எனது மகள் தூங்குகிறாள்.”

அவன் சொல்லி முடிக்கும்போது எனக்குக் கண்கள் இருண்டன. முதல் நாளிரவு அலுமீனியக் கூட்டுக்குள் தெரிந்த நெருப்புக்கோளங்கள் போன்ற ரம்போவின் விழிகள், மூளையின் எல்லா நரம்புகளிலும் மின்னுவதுபோலிருந்தது.

(6)

கன்பராவிலிருந்து மெல்பேர்னுக்கு அறிவிக்கப்பட்டதன் பிரகாரம், விலங்குகள் காப்பு அமையத்திலிருந்து நான்கு விசேட அதிகாரிகள் பச்சை வண்ண வாகனத்தில் பேர்கஸன் வீட்டுக்கு வந்திருந்தார்கள். அவர்கள் உத்தரவின்படி நாங்கள் ரம்போவின் கூட்டினை இரண்டு நாட்களாகத் திறக்கவில்லை. மாத்திரைகளைத் தண்ணீரில் கலந்து குவளையில் வைத்து, கூட்டுக்குள் தள்ளிவிட்டிருந்தோம்.

ரம்போவைத் திரும்பக்கொடுக்கப் போகிறோம் என்ற தகவலறிந்து ஹாலிப் காலையிலேயே தனது முழுக்குடும்பத்துடன் பேர்கஸன் வீட்டுக்கு வந்திருந்தான். அவனது நண்பர்களும் கூடவே வந்திருந்தார்கள். பேர்கஸன் வீட்டிற்கு முன்னால் நின்றுகொண்டிருந்த விலங்குகள் காப்பு மையத்தின் வாகனத்தைக் கண்டு, அப்பகுதியால் நடை சென்ற பலர், வந்து புதினம் கேட்டார்கள். ஹாலிப்பின் நண்பர்கள் வாசலில் நின்று விளக்கம் சொன்னார்கள். அவர்கள் ஆச்சரியமாக, 'நாங்கள் செய்வது சரிதான்' என்ற முகக்குறிகளோடு தலையாட்டிச் சென்றார்கள்.

பேர்கஸன் வீட்டின் பின்பக்கமாகத் தங்களது தடித்த கம்பிக்கூட்டோடு சென்ற அதிகாரிகள், ரம்போவினைப் பாதுகாப்பாக தங்களிடம் எடுத்துக்கொண்டார்கள். பின்னர் வாகனத்தில் கொண்டுவந்து ஏற்றினார்கள். ஹாலிப்பின் நண்பர்கள் அப்போதுதான் ரம்போவைப் பார்த்தார்கள். அவர்கள் தங்களை அறியாமலேயே "ரம்போ... ரம்போ..." - என்று அழைத்தார்கள். ரம்போ அவர்களின் சத்தங்களினால் மிகுந்த பரவசமடைந்தது. அந்தக் கூட்டத்தில் என்னையும் பேர்கஸனையும் தேடியது. என்னைக் கண்டவுடன் வேகமாக வாலை ஆட்டியபடி தடித்த கம்பிக்கூட்டுக்குள் உடலைப்புரட்டி செல்லம் பொழிந்தது.

எப்போதும் எழுப்புகின்ற விநோத ஒலிகளினால் சமிக்ஞை தந்தது. என் விழிகள் கண்ணீரால் நிரம்பின. ரம்போ மங்கலாகவே தெரிந்தான். வெளியில் வரவிரும்பாத பேர்கஸன் வீட்டின் முன்னறையில் சக்கர நாற்காலியிலிருந்து அழுத சத்தம் வெளியிலும் கேட்டது.

வாகனம் புறப்படத் தயாரானது. ஹாலிப் என் தோள் மீது கைபோட்டு அருகில் வந்து நின்றான். பெரும் கூட்டத்ததையும் சத்தங்களையும் சீருடை அணிந்த அதிகாரிகளையும் கண்ட ரம்போ

மிகுந்த மகிழ்ச்சியில் கூட்டுக்குள் துள்ளிக் குதித்தது. கேட்டால் எதையும் செய்யத் தயார் என்பதுபோல அங்குமிங்குமாய் உடலை வளைத்தது.

மெது மெதுவாக ஊர்ந்துகொண்டு எங்கள் தெருவினால் ஓடத்தொடங்கிய வாகனத்தின் பின்னால், ஹாலிப்பின் மகன் "பாய்... பாய் ரம்போ..." என்றபடி ஓடி ஓடி வழியனுப்பினான்.

உயிர்தரிப்பு

மூண்டு அணைந்த காட்டுத்தீயினால் எரிந்த பெருமரங்களின் எச்சங்கள் தூரத்தில் தெரிந்தன. கம்பீரமற்ற தரவை நிலத்தைக் கிழித்துப் பல கிலோ மீற்றர்களுக்கு நீண்டிருந்த புறநகர் நெடுஞ் சாலையில் நாங்கள் பயணித்தோம். மெல்பேர்னின் மேற்குத் திசை வழியாகச் சென்று பண்ணைப்பகுதிகளை தொட்டுவிட்டால், நாம் செல்லும் இடம் வந்துவிடுமென வரைபடத்தில் ஏற்கெனவே பார்த்திருந்தேன். வாகனத்துக்குள்ளிருந்த மூன்று பேரையும்விட பேரச்சம் தளும்பிக்கொண்ருந்த என்னுள் இறுக்கம் கூடியது. கண்ணாடி வழியாகத் தெரியும் பூமியைப் பார்க்கத் தொடங்கினேன். அடர்பசுமை நிறைந்த பண்ணை நிலங்கள் தெரியத் தொடங்கின. அடுத்து வந்த வயல்களில் அறுத்த புல்லுக்கட்டுகள் பெரும் எண்ணிக்கையில் சுருட்டி ஆங்காங்கே அடுக்கிவைக்கப்பட்டிருந்தன. மெல்பேர்னின் மேற்கு நிலத்தின் வழியாகக் கடலை நோக்கி நீண்டிருக்கும் இந்தப் பகுதி மிகவும் மர்மமானது. ஆளரவமற்ற அமைதி செறிந்திருந்தது. வெறித்துக் கிடக்கும் வீதியிலும் அந்தவூர் தனித்துக் கிடந்தது. ஆனந்தக் களிப்பின் உல்லாச புருஷர்கள் போதையில் தள்ளாடுவதும் இங்கே தான் நிகழுமாம்.

எனக்குள்ளே குமிழ்விடும் பதற்றம் வியர்வையாக வழிந்தபடியிருந்தது. வந்து சேரவேண்டிய இடத்தினை அண்மித்துவிட்டோம் என்பது வாகனத்தின் வேகம் தணிந்ததில் புரிந்தது. தகரங்களால் வேயப்பட்ட சமச்சீரற்ற தனி வீடு, அருகில் செல்லச் செல்ல பெரிதாய்த் தெரிந்தது. அந்த வீட்டின் மீது எனக்கு அளவுக்கதிகமான கவனம் குவிந்தது. தனித்த தகரக்கொட்டகை. என்னில் தெரிய ஆரம்பித்த கலவர ரேகைகளை அழித்து, அமைதிப்படுத்துவதில் எல்லோரும் சேர்ந்துகொண்டார்கள். வாகனத்திற்குள் பாட்டுச் சத்தம் குறைந்தது. தகர வீட்டுக்கு முன்பாகக் கிளைவிட்டிருந்த பெயர் தெரியாத ஒரு மர நிழலில், வாகனம் ஓய்வுக்கு வந்தது. எல்லோரும் இறங்கினோம்.

"வேற ஆக்களும் வருவாங்களோ, நாங்கள் மட்டும்தானோ" என்று கேட்டான் செந்தூரன்.

செல்லக்கிளி ஏற்கெனவே இங்கு பல தடவைகள் வந்திருக்கிறான். வாகனம் பூட்டியிருக்கிறதா என்று இரண்டு தடவைகள் சோதனை செய்த அப்பன், செல்லக்கிளியை முன்னால் நடக்கவிட்டு, பின்தொடர்ந்தான். மரங்களில் மோதி முறிந்த காற்று குளிர்ச்சியை எங்கள் மீது பொழிந்தது. வீட்டு வளாகத்திற்குள் ஒவ்வொரு அடி எடுத்து வைக்கும்போதும் எனக்கு முள்ளந்தண்டு குளிர்ந்தது. உயரமாகக் குவிக்கப்பட்ட வைக்கோல் போன்ற புல்லுக்குவியல், வீட்டின் கிழக்குப் பக்கம் அரணாகத் தெரிந்தது. வீட்டைச் சுற்றி ஒரே காலப்பகுதியில் நடப்பட்ட மரங்கள், சம உயரத்தில் வளர்ந்து, தகரக்கூரையின் மீது சரிந்து கவிழ்ந்திருந்தது. தூரத்திலிருந்து பார்த்தால் கைவிடப்பட்ட மயானம் என்ற நம்பிக்கையைத் தந்துவிடக்கூடிய பாழடைந்த பிரதேசம் போலிருந்தது அந்த வீடு.

வீட்டின் உரிமையாளராக அடையாளப்படுத்திக்கொள்ளும் தொப்பி போட்ட நடுத்தர வயதானவன் வெளியில் வந்தான். எங்களை எதிர்பார்த்துக் காத்திருந்திருக்கலாம். மார்பில் நரை பொங்கத் தெரிந்த முடி, அவனது தொப்பையின் சிறுபகுதியையும் வயதையும் தனக்குள் அழுத்தி வைத்திருந்தது.

செல்லக்கிளி எங்களை நோக்கித் திரும்பி "இவர்தான் முக்காலா" என்றான்.

"வாங்கோ.. வாங்கோ" பியரில் கரைந்த முக்காலாவின் கரகரத்த குரல், பரம்பரையான வெள்ளையின ஆஸ்திரேலியர்களுக்கே வாடிக்கையானது. எங்கள் எல்லோருக்குமான புன்னகையை அவன் செல்லக்கிளியிடம் பகிர்ந்தான். இவனுக்கு முக்காலா என்பது எங்களைப் போன்றவர்கள் வைத்துக்கொண்ட பெயர்தான் என்பதைப் புரிந்கொள்வதற்குக் கனநேரமாகவில்லை. முக்காலாவுக்கு பின்னாலேயே வந்த குதிரையளவு நாயொன்று, எங்கள் அனைவரிலும் தேறக்கூடிய இறைச்சியை தனது விழிகளால் எடைபோட்டது. அதன் நீண்ட சிவந்த நாக்கு, கூரிய பற்களை மீறி வெளியே தொங்கியது. முக்காலா தனது செல்லக்குதிரையை கூட்டுக்குள் தள்ளி கதவைப் பூட்டினான். எஜமானின் உத்தரவை ஏற்றுக்கொண்ட அந்த நாய், கூட்டுக்குள்ளிருந்து எங்களைப் பார்த்து கொட்டாவி விட்டது. பற்கள் அனைத்துமே கொத்தாக மினுங்கின.

“இறைச்சியைத் தூக்கிப்போவதற்கு இவ்வளவு ஆட்களை அழைத்து வந்திருக்கிறாயா கிளி?” வேடிக்கையானதொரு புன்னகையென்றாலும் முக்காலாவின் முகத்துக்கு அழகாக இருந்தது. எங்களில் குறிப்பாக யாரையோ முக்காலாவின் கண்கள் தேடின. உணர்ந்துகொண்ட செல்லக்கிளி என்னைக் காட்டி “அவர்தான் உங்களைச் சந்திக்க வந்திருப்பவர்” என்றான்.

அடுத்த கணமே எனது சோர்ந்த கரத்தைப் பிடித்துக் குலுக்கினான் முக்காலா. அதுவரை உள்ளே ததும்பிக்கொண்டிருந்த அச்சம் வெளியில் சிந்திவிட்டதுபோல உணர்ந்தேன். முக்காலா சொன்னான். “உங்களுக்காகக் கொழுத்த கறியை நேற்றிரவு பண்ணையிலிருந்து தூக்கி வந்திருக்கிறேன், வாருங்கள், காட்டுகிறேன்.”

எல்லோரும் முக்காலாவைத் தொடர்ந்தோம்.

(2)

முக்காலா மஞ்சள் வண்ணச் சப்பாத்துகளை அணிந்திருந்தான். அவை அவனது முழங்கால்கள் வரை நீண்டிருந்தன. நடையில் அநாயாசமான நடனம். முறுகிய தேகத்தில் கைகள் சொன்ன வேகத்தில் அடுத்த நொடியே ஏவலை முடிப்பதற்காகக் காத்திருப்பது போல அவனது விரல்கள் ஒன்றையொன்று உரசிக் கொண்டிருந்ததைக் கவனித்தேன்.

பின்வளவில் பரந்துகிடந்த கம்பி வலைக்குள் பல நூறு கோழிகள் அடைக்கப்பட்டிருந்தன. நெடுமரமொன்றில் சிவப்புநிற ‘பொக்சிங்’ பொதி தொங்கியது. எல்லாவற்றையும் தாண்டி, சதுப்புநிலத்துடன் கூடிய வேலியின் அருகில், மரப் பலகையால் அமைக்கப்பட்ட சிறிய கூடொன்று தெரிந்தது. தனது இரண்டாவது வீடுபோல உரிமையோடு உள்ளே நுழைந்த முக்காலா, அதற்குள் ஆயத்தமாக நின்றுகொண்டிருந்த கொழுத்த ஆடு ஒன்றைச் செவியில் பிடித்து இழுத்து வந்தான். தனது செவிகளைப் பிடித்திருக்கும் முக்காலாவின் கைகளை ஆடு உறுதியாக நம்பியது. வாலை உதறியது. அதிலிருந்து சேற்று மண் உதிர்ந்தது.

“என்ன பார்க்கிறீர்கள், உடனே வேலையை முடிக்கலாமா?”

கள்ளப் பாஸ்போர்ட்டில் விமானம் ஏறி இந்த நாட்டிற்கு வந்து இறங்கியவன் நான். எப்போதும் பதற்றத்தை அணிந்தபடி அலையும்

சட்டவிரோதச் சீவன். எனது விரல்கள் அச்சத்தில் ஏற்கெனவே விறைத்திருந்தன. இரண்டு கைகளையும் உரசிக்கொண்டேன்.

முக்காலா கேட்டான் "வழியில் பொலீஸ் நடமாட்டம் ஏதாவதிருந்ததா?"

"இல்லை. இல்லை…" என்றான் செல்லக்கிளி.

"முன்பெல்லாம் வேலைகளை முடிப்பதில் எந்த சிக்கலுமிருப்பதில்லை. ஆறு மாதங்களுக்கு முன்னர் இங்கிருந்து முப்பது கிலோ மீற்றர் தொலைவில், கள்ளமாக ஆட்டு இறைச்சி அடித்தார்கள் என்று ஆறு இந்தியர்களைப் பொலீஸ் கைது செய்து, பெரிய பிரச்சினையாகிவிட்டது. அதற்குப் பிறகு, இந்த ஏரியாவின் மீது எல்லோருக்கும் ஒருவிதமான சந்தேகப் பார்வை விழத் தொடங்கியிருக்கிறது. உதிரிகளின் குற்ற வரைபடம் போல இந்த ஊர் ஆகிவிட்டிருக்கிறது."

நாங்கள் ஒருவரையொருவர் விநோதமாகப் பார்த்துக் கொண்டோம்.

செல்லக்கிளி கேட்டான். "இந்தப் பக்கம் இந்தியர்கள் இருக்கிறார்களா"

"இந்தப் பக்கமாக வாடி வீடுகள் உள்ளன. தூர இடங் களிலிருந்து வருபவர்கள் அவற்றை வாடகைக்கு எடுத்துக் கூத்தடிப்பார்கள்." தகரக்கூரைக்குள் செருகி வைத்திருந்த இரண்டு பெரிய கத்திகளை எடுத்து, அவற்றின் கூர் பக்கங்களை மெதுவாக உரசியபடி சொன்ன முக்காலா, கத்தியோடு எனக்கு அருகில் வந்தான்.

"ஒன்றுக்கும் பயப்படாதே, ஒரு சிறிய வேலை அவ்வளவுதான். உன்னுடைய நண்பர்கள் கூடவே இருக்கும்போது என்ன பயம்?"

வீட்டுக்குள் சென்று 'விக்டோரியா பிற்றர்' பியர் தகரப்புட்டியை எடுத்து வந்தான். சிகரெட் ஒன்றை வாயில் பொருத்தினான். கைக்கு அடக்கமான பியரை இரண்டு தடவைகள் அண்ணாந்து சரித்து உறிஞ்சினான். இரண்டொரு துளிகள் அவனது தாடியில் வழிந்து விழுந்தன. பியர் சுவை நாவிலிருந்து அருகும் முன்னரே, சிகரெட் புகையை இழுத்தான். தணல் பிரகாசமாக எரிந்தது. அவனது கொலை நரம்புகளில் சென்று கங்குகளாய் பரவியது.

"ஆடு பதற்றமாக இருக்கும்போது வெட்டினால், இறைச்சி ருசியிராது. அது நிதானமாக இருக்கும்போதுதான் வெட்ட

வேண்டும். அதுதான் ஆட்டுக்கும் நல்லது, எங்களுக்கும் நல்லது. இல்லையா கிளி? நீங்கள் இரத்த வறையும் கேட்டீர்கள் இல்லையா..."

என்னைத் தவிர எல்லோரும் முக்காலாவைப் பார்த்து தலையாட்டினார்கள்.

பற்றி முடிந்த சிகரட் அடிக்கட்டையை தரையில் அழுத்தி, வெளியில் தட்டிவிட்டான். ஆட்டின் அசைவுறும் கண்களைக் ஒருதடவை உற்றுப்பார்த்தான். தனது பொக்கெட்டிலிருந்து எடுத்த சிறுதுண்டுக் கயிற்றினால் ஆட்டின் நான்கு கால்களையும் ஒன்றாக இழுத்துக் கட்டினான். வெள்ளிக்கிண்ணமொன்றை ஆட்டின் கழுத்துக்கு அடியில் வைத்த முக்காலா, இழுத்துக் கட்டிய நான்கு கால்களையும் தனது ஒரு காலால் அழுத்திப்பிடித்தான். ஆட்டின் வாயை ஒரு கையால் சேர்த்து மூடினான். அதன் தொண்டைப்பகுதியில் ஓடும் நரம்பினை, எந்தக் குழப்பமும் இல்லாமல், மினுங்கிய சிறு கத்தியால் ஒரே இழுவையில் அறுத்தான். சீறிப்பாய்ந்த இரத்தம் வெள்ளிக்கிண்ணத்தில் ஓசையோடு நிரம்பி நுரைத்தது. முக்காலாவின் கால்களுக்குள் கிடந்த ஆட்டின் உடம்பில் உயிர் விலகித் துடித்தது.

ஒரு கொலையின் சாட்சியாக நான் அங்கு நின்று கொண்டிருக்கிறேன் என்பதை என்னால் நம்பமுடியவில்லை. அழைத்தபோது நம்பிக்கையோடு தனது செவிகளைக் கொடுத்து, மரக்கூட்டிலிருந்து வெளியில் வந்த பொசுபொசுவென்ற வெண்ணிற ஆட்டின் துடிப்பு நிரந்தரமாக ஓய்ந்தது. அதன்பிறகு கழுத்தோடு வட்டமாகக் கத்தியை முன்பின்னாக ஓடவிட்ட முக்காலா, ஒரு கிளையிலிருந்து பூவைப் பிடுங்கும் லாவகத்துடன், சில செக்கன்களிலேயே ஆட்டின் தலையைத் தனியாக அறுத்தெடுத்தான். எஞ்சிய இரத்தத்துளிகள் நிலத்தை நனைத்தன. திறந்திருந்த ஆட்டின் கண்களில் என்னுடைய பிம்பம் தெரிந்தது. எனக்கு இரண்டு கண்களும் இருட்டியது.

"கிளி, நான் கொஞ்சம் வெளியில நிக்கவா?"

பதிலை எதிர்பாராமல் வீட்டின் முன்பக்கமாக வந்தேன். ஏற்றுக்கொள்ளமுடியாத அந்த மரணத்தின் கணங்களும் ஆட்டின் கடைசித்துடிப்பும் நெஞ்சில் அறைந்தது. என் கண் முன்னால் நட்சத்திரங்கள் பறந்தன. ஒவ்வொரு அடி எடுத்து வைத்து நடக்கும்போதும், எனது கால்களை முக்காலா அழுத்திப் பிடித்திருப்பது போன்ற பாரத்தை உணர்ந்தேன்.

செந்தூரன் பின்னாலேயே வந்தான்.

“மச்சான், காருக்குள்ள சிகரெட் கிடக்கு. ஒண்டை எடுத்து அடி. முக்கியமான காரியத்துக்கு வந்திருக்கிறம். அதை மறந்திடாத”

நான் அந்தக் காட்சியைப் பார்த்திருக்கக்கூடாது. உயிர் பிரியும் அந்த வலியை ஒருபோதும் அங்கு நின்று உணர்ந்திருக்கக்கூடாது. விக்டோரியா பிற்றர் பியரும் சிகரெட் புகையும் ஒரு மரணத்தின் துர்நாற்றமாக வயிற்றைக் குமட்டியது. இப்போது எப்படி திரும்பவும் உள்ளே போவது? கசாப்புக்காரனிடம்தான் எனது உடலை ஒப்படைக்கப் போகிறேனா?

வீட்டுக்கு முன்னால் நீண்டிருந்த கிறவல் பாதையினால் நடந்தேன். சிறிது தூரம் சென்றதும், பாதைக்குக் குறுக்காக நீண்ட மண் நிறத்திலான கொழுத்த பாம்பொன்று அசைந்தபடி கிடந்தது. எனது அருகாமையைத் தன் சருமத்தினால் உணர்ந்து, தலையை நிமிர்த்திப் பார்த்தது. அந்த இடத்திலேயே கால் மடங்கி விழுந்துவிடப்போவதைப்போல எடையிழந்தேன். என் முழுத்தேகமும் ஒரு துணிபோல சுருங்கிவிழுவதாய் உணர்ந்தேன். என்ன அதிசயம் நிகழ்ந்ததோ தெரியவில்லை. அந்தப் பாம்பைப் பார்த்தபடியே பின்பக்கமாக ஓடிவந்து, முக்காலா வீட்டு வாசலுக்குள் விழுந்தேன்.

“என்ன நடந்தது... உன்னை வரட்டாமடா... வா”

செந்தூரன் கீழே கிடந்த என்னை நோக்கி ஓடி வந்தான். என்னால் நிலத்திலிருந்து நிதானித்து எழுந்துகொள்ள சில நொடிகளானது. நான் இப்போது உள்ளே போகவேண்டுமா?

“டேய் வந்த வேலைய மறந்திடக்கூடாது கெதியா வா”

சினம் தலைக்கேறியது.

“டேய், இறைச்சி வெட்டுறவனிட்ட என்னைக் கொண்டு வந்து விட்டிருக்கிறீங்களேடா... அவன் என்னத்தை செய்தாலும் அது காலம் பூராவும் என்ர உடம்பில இருக்கப்போகுது தெரியுமா...”

“மச்சான், இந்த விசயம் உனக்கு முதலே தெரியும்தானே. தெரிஞ்சுதானே வந்தனீ...”

“இதைச் செய்யப்போறவன், ஆடு - மாடு வெட்டுறவன் எண்டு எனக்குத் தெரியாதடா...”

“இப்ப உன்ர பிரச்சினை, முக்காலா ஆடு வெட்டுறதா? நீ

வந்த விசயத்தில கவனமா இரு. அவன் ஆட்டை வெட்டினால் என்ன, மாட்டை வெட்டினால் என்ன?"

"இந்த நாட்டில குடியுரிமை எடுக்கவேணும் எண்டு. திருட்டுத்தனமாக வாறதுதான், நான் செய்யப்போற முதலும் கடைசியுமான கள்ள வேலையாக இருக்கவேணும் எண்டு நினைச்சனடா. ஆனால் இஞ்ச வந்த பிறகும்...... நினைக்க... தலை வெடிக்குது."

செந்தூரனுக்கு என்னுடைய கிடைசிநேரக் குழப்பம் புரிந்தது.

"டேய் ...... ஒரு நாட்டுக்குள்ள கள்ளமாக வந்து குடியுரிமை எடுக்கிறது எண்டால், அது எயார் போர்ட்டோடயோ படகு வந்து இறக்கிற இடத்தோடையோ முடியுற வேலை இல்ல. பாஸ்போட் எடுக்கிற வரைக்கும் அந்தப் போராட்டத்தைத் தொடர வேண்டிக்கிடக்கு. இஞ்ச அதிகாரத்தில இருக்கிறவன், எத்தனையோ குறுக்கு வழிகளில யோசிச்சு யோசிச்சு எங்களுக்குப் பொறி வச்சு சொந்த நாட்டுக்கு திரும்பி அனுப்பிறதில குறியா இருக்கிறான். நாங்கள் வந்த நாடு, இடையில நிண்ட நாடு எண்டு எல்லா நாடுகளோடையும் ஒப்பந்தங்கள் எழுதி, பெரிய திட்டங்களைப் போட்டு, எங்களை அதில விழுத்தப் பாக்கிறான். ஆனால், நாங்கள் எந்த அதிகாரமும் ஆதரவும் இல்லாத அநாதைச் சாதியடா. அகதியள். ஒரு பெரிய அரசாங்கத்தோட மோதுறதெண்டால், அவங்களைப்போல நாங்களும் கள்ளத்தனமாக யோசித்தால்தான் சரி. அகதி ஒருத்தன் செய்யிற களவுக்கு கருணை இருக்கு. அது வாழ ஆசைப்படுகிற மானுட உத்தரிப்பு. இஞ்ச ஆடு வெட்டுற ஆஸ்திரேலியன்தான், அந்த கடவுச்சீட்டுக்கான வழியக் காட்டப்போறான். சரி, இவன்தான் அந்த இமிகிரேசன் அதிகாரி எண்டு நினைச்சுக்கொண்டு, காரியத்தில இறங்குவம். அவ்வளவுதான் வித்தியாசம். இனியும் பிந்தக் கூடாது. பாஸ்போட் தாற பரமபிதா உள்ள பாத்துக்கொண்டிருக்கிறான், வா"

(3)

முக்காலா வீட்டுக்குள் நின்றுகொண்டிருந்தான். செல்லக்கிளி அவனருகில் நின்றான். இருண்ட அறையினுள் அவர்களது கண்கள் செந்தணலாய் எரிந்துகொண்டிருப்பது போலிருந்தது. அதிகப் பொருட்கள் இல்லா அந்த தகரக்கூரையுடைய வீட்டினை, முக்காலா இப்படியான காரியங்களுக்குத்தான் உபயோகிப்பதுபோல் தெரிந்தது. மூலையிலிருந்த அடுப்பில் விறகு

எரிந்துகொண்டிருந்தது. அடுப்புக்குப் பக்கத்தில் பெரிய சருவம் ஒன்றில் பல நீளங்களிலான அலுமீனியத் தடிகளிருந்தன.

“மச்சான்.... நீ ஒருத்தரையும் நிமிர்ந்து பாக்காத. கண்ணை மூடிக்கொண்டு குப்புறப் படு. அஞ்சு செக்கனுமில்ல. உடன முடிஞ் சிடும். கொஞ்ச நேரம் பல்லைக் கடிச்சுக்கொண்டிரு. விளங்குதா” - செல்லக்கிளி அருகில் வந்து நம்பிக்கை தந்தான்.

இந்த நிலத்தில் ஒரு வாழ்வு நிரந்தரமாகுவதற்கு இதுதான் கடைசி வழியென்றால், அதனை இக்கணமே தீர்மானிக்கட்டும். திருப்தியாக இரண்டு சிகரெட் பற்றியிருக்கிறேன். அது போதாதா? தைல மணம் பரவிக்கொண்டிருந்த அந்த அறையில், சட்டையைக் கழற்றிவிட்டு வெற்றுடம்பாக நடுவிலிருந்த நீளமான மேசையில் குப்புறப் படுத்தேன். எதுவும் கேட்கவில்லை. அறையின் மூலையில் கங்குத் தீயின் ஓசை மாத்திரம் அதிர்ந்து பரவியது. சற்று நேரத்தில் என்னை நோக்கி வருகின்ற காலடிச் சத்தங்கள் பேரிடியாகக் கேட்டன. அச்சத்தால் குளிர்ந்த நான்கு கைகள் எனது இரண்டு கால்களையும் மேசையோடு சேர்த்து அழுத்திப் பிடிக்கின்றன. எனது கைகள் இரண்டையும் செல்லக்கிளி பிடித்துக்கொண்டான். கைகளை மேசையோடு அழுத்திப் பிடித்திருக்கும் என் வாயில் தடித்த மரத்துண்டொன்றைத் திணித்தான் முக்காலா.

கங்குகளின் ஓசையும் வாசனையும் ஒருங்கே என்னை நோக்கி வருவதை உணர்ந்தேன். விக்டோரியா பிற்றர் பியரும் சிகரெட் வாசனையும் என்னை அண்மிக்கின்றன.

முதுகுத் தசையைக் கிழித்ததுபோல தீயினால் இரண்டு ஒத்தடங்கள், ஆழமாக என்னைப் பிளந்தன. தடம் பட்ட நீள் காயங்கள் இதயத்தின் வழி ஈட்டிபோல பாய்ந்தன. மூளை நரம்புகளில் ஒன்றிரண்டு வெடித்து உள்ளே அமிலமாய் கரைந்தோடியது. தடித்த தோலின் மீது பதிந்த அலுமீனியத் தணல் குழாய், சருமத்தைச் சதையோடு பொசுக்கியது. அந்த நேரம் எனது கால்களையும் கைகளையும் மேலும் அழுத்திக்கொண்டதால் எனது தேகம் பெருவலியினுள் கோரமாகப் புகுந்தது. குறி விறைத்தது. தடித்த மரத்துண்டினை பலம் முழுவதையும் திரட்டிக் கடித்து வலியைக் கரைக்கப் பார்த்தேன். வாய் நீர் வடிந்து நிலத்தில் வீழ்ந்தது. விழிகள் இரண்டும் மேலே செருகின.

“அவ்வளவும் தான் மச்சான்... அவ்வளவும்தான்... முடிஞ்சுது... முடிஞ்சுது...”

கைகளைத் தளர்த்திவிட்டு செல்லக்கிளி என்னை அணைத்துக் கொள்கிறான். “எல்லாம் முடிஞ்சுது மச்சான்... சக்ஸஸ்....” என்கிறார்கள். மூவரும் சேர்ந்து, நான் மேசையிலிருந்து எழுந்துகொள்ள உதவினார்கள். முதுகில் இன்னமும் தீ வடிந்துகொண்டிருந்தது. உடம்பில் ஒரு பாகம் சுவாலையுடன் எரிந்துகொண்டிருப்பது போலிருந்தது. அழுதேன். பெரு வெப்பமேறிய கொடிய திரவமாகக் கண்ணீர் என் கன்னத்தில் வடிந்தது.

“எந்தப் பிரச்சினையும் இல்லாமல் முடிந்துவிட்டது, நீ கெட்டிக்காரன். என்னிடம் வருபவர்கள், டொக்டர் மெலினாவிடம் போவதுதான் வழக்கம். இந்தக் காயம் சொந்த நாட்டில் இராணுவத்தினர் அடித்தது என்று அவர் உறுதிப்படுத்திக் கொடுக்கும் மெடிக்கல் சேர்டிபிகெட்டை ஆஸ்திரேலிய இமிகிரேசன் ஆட்கள் ஒருபோதும் நிராகரித்ததில்லை. கிளி... உனக்குத் தெரியும்தானே... டொக்டர் மெலினா.”

பொறுப்பான கேள்விகளுடன் முக்காலாவின் குரல் ஒலித்தது.

“இளம் இரத்தம் பாய்கின்ற கட்டிளம் காளையே...! இங்கு நான் அறுபது வயது ஈரான் கிழவனுக்குக்கூட தீத்தடம் வைத்து, அவருக்கு மெலீனா சேர்ட்டிபிக்கட் கொடுத்த மூன்று மாதங்களில் இமிகிரேசன் ஆஸ்திரேலிய நிரந்தர வதிவிட உரிமை கொடுத்திருக்கிறது. ஒன்றுக்கும் அஞ்சாதே. ஆஸ்திரேலியனாக மாறும் நாட்களை எண்ணிக்கொண்டிரு. நெருங்கிவிட்டாய்.”

என்னை நோக்கி முக்காலா பேசிக்கொண்டிருந்தான். என்னால் அவனது முகத்தை நிமிர்ந்து பார்க்கமுடியவில்லை. மேசை-யிலிருந்து எழுந்து அப்பனைப் பிடித்துக்கொண்டு வெளியே வந்தேன்.

உரித்து அகற்றப்பட்ட ஆட்டின் தோல்கள் ஓரிடத்தில் குவிக்கப்பட்டிருந்தன. ஆட்டின் தலை எங்காவது தெரிந்துவிடுமா என்று தேடினேன். காணவில்லை. எங்களுக்கான இரத்தம் தோய்ந்த இறைச்சி இறுகக்கட்டிய பொலீத்தீன் பையொன்றில் பொதி செய்து ஆயத்தமாயிருந்தது. அருகில் சென்று, அந்தப் பொதியை வருடிப்பார்த்தேன். என்னையே நான் வருடுவது போலிருந்தது.

பணத்தை எண்ணிக்கொடுத்து முக்காலாவின் கைகளைப் பிடித்து நன்றிகளைச் சொரிந்தான் செல்லக்கிளி.

இரண்டு வாரங்களில் டொக்டர் மெலீனாவிடம் போகுமாறு மீண்டும் சொன்ன முக்காலா, காயத்தில் சீழ் வருவதுபோன்ற ஏதாவது சிக்கல் காணப்பட்டால், எந்த மருத்துவர்களிடமும் சென்றுவிடவேண்டாம் என்றும் தன்னிடம் வருமாறும் சொன்னான்.

வெளி முற்றத்துக்கு வந்தோம். காரியம் முடிந்த திருப்தியினால் எல்லோரது குரல்களும் சம சுருதியில் ஒலித்தன.

நான் முக்காலாவைப் பார்த்து "நன்றி" என்றபடி காரில் ஏறினேன். நாடற்றவனுக்கு வாழும் உரிமை வாங்கிக் கொடுப்பவன் நான் எனும் கம்பீரத்தோடு பரிசுத்தவானைப் போல நின்று கொண்டிருந்த முக்காலா என்னருகே ஓடிவந்து,

"நீ விடுதலைக்காய் போரிட்ட வீரன் சகோதரா, எனக்குத் தெரியும். செல்லக்கிளி சொல்லியிருக்கிறான். எதற்கும் அஞ்சாதே" - என்றான்.

முதுகில் எரியும் காயத்தின் மீது எனது சொந்த நிலத்தின் கந்தக எரிச்சல் எழுந்தது.

இருள் மீது குற்றமில்லை

சுபத்ரா நிறைய இடங்களில் தடுமாறியிருக்கிறாள். முடிவெடுக்கும் திசை தெரியாமல் குழம்பியிருக்கிறாள். ஆனால், ஒருபோதும் வாழ்வை நினைத்து அச்சப்பட்டதில்லை. அடுத்த கணத்தை எண்ணிப் பீதியடைந்ததில்லை. இன்று மிர்துளா விடயத்தில், தான் பாம்பொன்றின் தொண்டைக்குள் அகப்பட்டிருப்பதுபோல அவள் உணர்ந்தாள்.

வருணின் மிருதங்க அரங்கேற்றம் நடைபெற்றுக்கொண்டிருந்த மண்டபத்திற்குள், உருட்டிச்செல்லும் வேகத்தில் வாகனத்தை மெதுவாக ஓட்டியபடியிருந்தாள். தரிப்பிடமொன்றினைப் பதற்றம் மிகுந்த விழிகளினால் துளாவினாள். வசதியான ஒரு இடத்தைக் கண்டுபிடித்து, அதில் வாகனத்தை நிறுத்தும்போது, மெல்பேர்ன் 'ரோஹினி ஸ்பைஸஸ்' உரிமையாளரும் மனைவியும் சுபத்ராவுக்கு கை காட்டியபடி, மண்டபத்தை நோக்கிப் போய்க்கொண்டிருந்தார்கள்.

சுபத்ராவின் கைகள் வியர்த்திருந்தன. வாகனத்துக்குள் குளிரூட்டி இயங்கினாலும், உள்ளே மேலாடை நனைந்திருப்பதை அவள் உணர்ந்தாள். காரின் நடுக்கண்ணாடியில் முகத்தை எட்டிப்பார்த்தாள். ஒப்பனை போடும்போது எதிர்பார்த்த எந்த அழகும் கூடிவரவில்லை. கண்கள் வெளுத்துப்போய், பயத்தின் ரேகைகள் அவளை மீறிய பதற்றத்தை காண்பித்தபடியிருந்தன. இப்படியே எப்படி உள்ளே போவது? மெல்பேர்னில் அரங்கேற்ற நிகழ்வுகள் என்றால், சிம்பிளாக நடைபெறுபவையா? இல்லையே. திருவிழாக்களாயிற்றே.

உள்ளே போனால், நிகழ்வின் நாயகன் வருணின் வருங்கால மாமியார் என்று சுபத்ராவின் மீது எல்லோரது கண்களும் மொய்க்கும். ஆயிரம்பேரைக் கொள்ளக்கூடிய அந்த மண்டபத்தின் முன்வரிசையில் கொண்டுபோய் இருத்துவார்கள். நிகழ்வுடன் சம்பந்தப்பட்டவர்களை கண்டால், 'காந்தி வீடியோ' நேசன் அண்ணன் எப்போதும் குதூகலமாகிவிடுவார். முன்னே வந்து நின்று, வளைந்து நெளிந்து தவழ்ந்துகூட வீடியோ எடுத்து விசுவாசிப்பார்.

அது அப்படியே மேடையின் பின்னாலிருக்கும் பெருந்திரையில் விழுந்துகொண்டிருக்கும். அருகில் வராதவர்களுக்கும் ஆட்களைப் பார்ப்பதற்கு அது வசதியாக இருக்கும்.

எல்லாவற்றையும் எண்ணியபோது பயம்தான் புரையேறியது. தண்ணீர்ப்போத்தலை எடுத்து அரைவாசியை மொண்டு தீர்த்தாள். உள்ளே குளிர்மை பரவுவதைப் போலிருந்தாலும், நினைவுகள் காட்டுத்தீ கண்ட காங்காருகள்போலத் திசைதெரியாமல் ஓடிக் கொண்டிருந்தன.

மண்டபத்திற்குள் போவதற்கு முன்னர், இந்த 'யு.எஸ்.பி.' ஸ்டிக்கையும் அதிலிருந்து எடுத்த நான்கு 'பிரிண்ட்' பிரதிகளையும் மிர்துளாவிடம் கொடுக்கவேணும். வீட்டிலிருந்து வரும் முன்னர், கடைசிநேரத்தில் மிர்துளா அழைத்துச் சொல்லியிருந்தாள். இந்த யூ.எஸ்.பி. ஸ்டிக்கினால்தான் இந்தத் தாமதம். இந்தப் பதற்றம். இந்த நடுக்கம். மிர்துளாவின் அந்தத் தொலைபேசி அழைப்பு மாத்திரம் வந்திராவிட்டால், சுபத்ரா இப்படி உடைந்திருக்கமாட்டாள்.

சொல்லப்போனால், யூ.எஸ்பியிலிருந்த அந்த வீடியோக்களை அவள் பார்த்திருக்கவேண்டிய எந்தத் தேவையும் இல்லை. வருணின் அந்த 'யு.எஸ்.பி.' ஸ்டிக்கிலிருந்த ஒரேயொரு வேர்ட் பைலைத்தான் நான்கு 'பிரிண்ட்' எடுத்துவரும்படி மிர்துளா சொல்லியிருந்தாள். ஆனாலும், சுபத்ராவின் விடுப்பு மனம் தேவையில்லாமல் அருகிலிருந்த காணொலிகளைத் திறந்து பார்த்தது.

அந்த நான்கு வீடியோக்களையும் பார்த்தவுடன், சுபத்ராவுக்கு வயிறு முறுக்கியது. கழிவறைக்கு ஓடினாள். இரண்டாம் தரமும் போய் வந்தாள். வீட்டைப் பூட்டிக்கொண்டு காரில் ஏறும்போது இன்னொரு தடவையும் பயம் அடிவயிற்றைப் பிசைய, மீண்டுமொரு தடவை போனாள். காருக்குள் ஏறியதிலிருந்து போட்டிருந்த ஒப்பனைகளை மீறி முகம் எரிந்தது. காது மடல்கள் கொதித்தபடியிருந்தன. செருகி வைத்திருந்த மல்லிகையை மீறி அவ்வப்போது தலை கடித்தது. அவளால் மனம் ஒன்றித்து எதையும் சிந்திக்கவோ செயல்படவோ முடியவில்லை. வீடியோவில் கண்ட அந்தப் பெண்ணின் முகம்தான் மீண்டும் மீண்டும் முன்னே வந்து தொந்தரவு செய்தது.

மேசையொன்றில் நிர்வாணமாகக் குப்புறக் கிடத்தப்பட்டு, கைகள் இரண்டும் முன்பாக இழுத்துக்கட்டப்பட்டிருந்த அந்தப் பெண்ணை, அவளது பிருஷ்டத்தில் ஈவிரக்கமின்றி ஒருவன் சிறிய கரிய சவுக்கினால் அடித்துக்கொண்டிருக்கும்

காட்சியைத்தான் சுபத்ரா முதலில் கண்டாள். யாரோ பிடரியில் அடித்ததுபோலிருந்தது. அதனை பார்த்த அதிர்ச்சியில் வீடியோவை எப்படி நிறுத்துவதென்பதையே அவள் மறந்துவிட்டாள். ஏற்கெனவே முற்றாக ஒலி குறைக்கப்பட்டிருந்த அந்த வீடியோவில், கதறியபடி அடிவாங்கிக் கொண்டிருந்தவளின் சத்தம் நல்லகாலம் வெளியில் கேட்கவில்லை. ஆனால், அந்த ஒலியை சுபத்ராவினால் உணரக்கூடியதாயிருந்தது. ஒவ்வொரு தடவையும் அடிவாங்கிய அந்தப் பெண், அவன் அடிப்பதை நிறுத்திக்கொள்ளும் ஓரிரு செக்கன்களில், இயன்றளவு தலையைத் திருப்பி, அவனைப் பார்த்துச் சிரித்தாள். அவனது அடிகளைத் தான் களிப்பதுபோல அவனுக்கு முகம் காட்டினாள். அப்போது, கைகளில் சிறிய கறுப்பு நிற சவுக்குப்போன்ற பொருளோடு நிர்வாணமாக நின்று கொண்டிருந்த அந்த சித்திரவதையாளன், திடீரென்று வேகமாக அவளை பின்னிருந்து புணரத் தொடங்கினான். அப்போதும்கூட அவளின் முதுகில் ஓங்கி அடித்தான். தனது நீண்ட கைகளினால், அவளது முகத்தைக் கொத்தாக பிடித்தான். திருகித் தன்னை நோக்கித் திருப்பினான். பிறகு, அவளது கன்னத்தில் ஓங்கி அறைந்தான்.

சிவப்புக்குறியை தேடிப்பிடித்துவிட்ட சுபத்ரா, இப்போது வீடியோவின் இடப்பக்க மேல்மூலையில் சென்று, நடுங்கிக் கொண்டிருந்த தனது விரல்களில் ஒன்றினால் ஓங்கிக் குத்தி அணைத்தாள்.

அவளுக்குள் கேட்டுக்கொண்டிருந்த அந்தப் பெண்ணின் அலறல் ஓய்ந்தது. ஆனால், மெல்லிதாக எதிரொலிப்பது போலவுமிருந்தது. இப்போது அவள் வேகமாக மூச்சுவிடுகின்ற சத்தம் மாத்திரம் கேட்டது. வெளித்தாழ்வாரத்தில் காயப்போட்டிருந்த உடுப்புகள் காற்றுக்கு அடித்துக்கொண்டிருந்தன.

சுபத்ரா அசைய மறுத்த தனது உடலை மிகுந்த பிரயத்தனத்துடன் சமையலறைக்குத் தூக்கிச்சென்றாள். கையில் அகப்பட்ட குவளையொன்றை எடுத்து, குழாயில் தண்ணீரைப் பிடித்தாள். சத்தமாக மொண்டு தீர்த்தாள். தாகமாக இருந்ததா என்றுகூட அவளுக்கு உண்மையில் தெரியவில்லை. ஏதோ செய்யவேண்டும் என்ற நினைப்பில், குழாய் நீரைப் பருகி முடித்தாள். இதயம் சற்று சீராகத் தொடங்கியிருப்பதாக நம்பினாள்.

சுபத்ரா யாழ்ப்பாணப் பல்கலைக்கழகத்திற்கு தெரிவானபோது பகிடிவதை என்ற ஒற்றை அச்சத்தைக் காரணம் காண்பித்து மேற்படிப்பைக் கைவிட்டவள். லோஜனுடைய பேச்சு சம்பந்தம் வந்தபோது, ஒரு வருடமாக இருவரும் தொலைபேசியிலேயே

பேசிக்கொண்டிருந்தார்கள். அப்படிப் பேசிக்கொண்டிருப்பதையே திருமணம் என்று சமூகம் அங்கீகரித்துவிட்டால், எவ்வளவு நல்லது என்றுகூட எண்ணியிருக்கிறாள். தனக்குச் சம்பந்தமே இல்லாத ஒருவரை கணவராக ஏற்றுக்கொள்வது என்ற ஒவ்வாமையிலிருந்து மீண்டு, தாலியேற்று மெல்பேர்ன் வந்தது, சுபத்ராவைப் பொறுத்தவரை அவளது வாழ்வில் மிகப்பெரிய சாதனை. பேசத் தொடங்கிய நாள் முதல், அவள் மிகுந்த உள்ளொடுங்கிய சீவன் என்பதை லோஜன் முழுவதுமாக அறிந்திருந்தான். சுபத்ராவின் சிந்தனைகள், வாழ்க்கை தொடர்பான புரிதல்கள் அனைத்தும் எவ்வளவுதான் ரசிக்கும்படியாக இருந்தாலும், அநேகமாக எல்லா விஷயங்களிலும் அவள் முன்முடிவுகளாலானவள். அவற்றிலிருந்து அவளை என்றைக்கும் மீட்கமுடியாது என்பது லோஜனுக்குத் தெரிந்திருந்தது. அவற்றை அவளது அழகுகளில் ஒன்றாக அவன் ரசித்திருந்தான்.

மிர்துளாவின் சுபாவம் தாய்க்கு நேர் மாறு. ஒரே மகளென்ற செல்லம் வீட்டிலிருந்தது என்று சொல்லிவிட முடியாது. இருந்தாலும், அவளது இயல்பான குணங்களில் சுபத்ராவிலிருந்து அதிக தூரத்திலிருந்தாள். லோஜனைப்போலவே அவளும் சுபத்ராவை நன்று புரிந்துகொண்டிருந்தாள்.

வருணை காதலிப்பதாக முதலில் அவள் சுபத்ராவிடம் சொன்னபோது, அவன் வருங்கால மருத்துவன் என்ற காரணத்துக்காக மாத்திரமல்லாமல், அவனைத் தெரிவு செய்வதற்கு மிர்துளாவுக்கு சகல உரிமையும் உள்ளது என்ற அடிப்படையை சுபத்ரா ஏற்றுக்கொண்டிருந்தாள்.

வருண் மெல்பேர்னில் பல பெண்களின் கனவு நாயகன். ஓரிரு மாதங்களாவது அவனுடன் 'டேட்டிங்' போய்வர வேண்டும் என்று பேஸ்புக், இன்ஸ்டக்ராம் உள்பெட்டிகளில் வந்து உரிமைகொள்ள முயன்ற பட்டியல் மிகவும் நீண்டது. மெல்பேர்னின் அநேக தாய்மார், எப்படியாவது அவனை மருமகனாக்கிவிடுவதில்தான், தங்களது தாய்மை முழுமை பெறும் என்பதுபோல விரதமிருந்தார்கள்.

விக்டோரிய உயர்கல்வி பரீட்சையில் மருத்துவத்துக்கு தெரிவுசெய்யப்பட்ட நாள்முதற்கொண்டு, மெல்பேர்னில் அறியப் பட்ட பெயர் வருண். மிருதங்கம், வாய்ப்பாட்டு என்று மெல்பேர்ன் மக்களுக்கு அவனை எந்நேரமும் மேடைகளிலேயேதான் காணவேண்டியிருந்தது. அவனது பேஸ்புக்கில் அவ்வப்போது பதிவேற்றும் படங்களுக்கு தாய் - மகள் என்று ஒரே வீட்டிலிருந்து

இரண்டு மூன்று லைக்ஸ் விழும். வருண் ‘மொடல் போல காட்சி கொடுக்கும் இன்ஸ்டா படங்கள், பெண்களின் இரகசிய வட்ஸ்-அப் குழுமங்களில் பிரபலம். மேலாடை அணியாமல் சுவர்களில் சாய்ந்தபடி மேலே கீழே என்று பார்த்தபடி அவன் எடுத்துப்போடும் ‘கண்டிட்’ படங்களுக்கு இதயக்குறிகளாகக் குவியும். அடர்ந்த இமை முடி, குறுணிக்கண்கள், அதிகம் விரியாத உதடுகளினால் எப்போதும் உதிர்க்கும் வசீகர புன்னகை, அதன்மீது சிம்பிளான மீசை, தாடையில் கீறிவிட்டதுபோல படர்ந்த தாடி. நெஞ்சில் முடி மழித்து கறுத்த முலைக்காம்புகள் இருபுறமும் காவலிருக்கும். தட்டையான வயிற்றில் ஜிம் உபயமளித்த மூன்று நான்கு படிகள், ஆழமான தொப்புள்.

இப்படிப்பட்டவனை, இந்த நாட்டுக்கு வந்த பயனாக, எப்படியாவது தங்கள் மகளுக்கு வளைத்துப்போட்டுவிட வேண்டும் என்று எத்தனையோ தாய்மார் கைபிசைந்து நின்றார்கள். கோயிலில் வருணின் அம்மா சொல்லுகின்ற சாதாரண பகடிகளுக்கே விழுந்து விழுந்து சிரித்து, ஒரே குடும்பத்தவர்களாக பாவனை செய்தார்கள். வருணைக் கண்டால், பாய்ந்து சென்று சீவிவிட்ட ஆங்கிலத்தினால் பேசி தங்களை தர நிர்ணயம் செய்துகாட்டினார்கள்.

‘ரோஹினி ஸ்பைஸஸ்’ அனுசரணையுடன் மெல்பேர்னில் நடைபெற்ற பாடகர் ஹரிஹரனின் ‘கானமழை’ நிகழ்வில் மிர்துளாவை முதன்முதலாகக் கண்டு, இன்ஸ்டக்ராமில் பின்தொடர ஆரம்பித்த வருணுக்கு இரண்டே வாரங்களில் அவளைப் பிடித்துப்போனது. சொல்லப்போனால், அவளோ அவளது குடும்பமோ வருணை நோக்கி எந்த பிரத்தியேக எத்தனமும் செய்யாத இயல்பானவர்கள். வருணின் ‘இன்ஸ்டக்ராம்’ அழைப்பைக்கூட இரண்டு நாட்களின் பின்னர்தான், மிர்துளா ஏற்றிருந்தாள். அவர்களுக்கு இடையிலான உறவு இயல்பாக முகிழ்ந்தது. பின்னர், மலர்ந்தது. பிறகுதான், தகவல் வீட்டாரைச் சென்றடைந்தது. ஒரே மகள் என்ற காரணத்தை வைத்துக்கொண்டு வெருளாமல், லோஜனும் சுபத்ராவும் மகளின் காதலை ஏற்றுக்கொண்டதுபோலவே வருணையும் மனப்பூர்வமான மருமகனாக அரவணைத்துக்கொண்டார்கள். லோஜனுக்கு நல்ல பிடி என்று ஊருக்குள் பேசிக்கொண்டார்கள்.

இப்படி எல்லாம் நிறைந்த தனது மருமகன் நீலப்படம் பார்ப்பதில் சபலம் கொண்ட ஒருவன் என்பதை சுபத்ராவினால் ஏற்றுக்கொள்ளவே முடியவில்லை. அதுவும் எப்படிப்பட்ட நீலப்படத்தில் அவன் நாட்டம் கொண்டிருக்கிறான் என்பதைப்

பார்த்ததிலிருந்து சுபத்ராவுக்கு அடிவயிறு உருகி வடிந்தது. ஒரு பெண்ணைக் குரூரமாக வதைசெய்து புணர்கின்ற மனநிலைபடைத்தவனிடம்தான் தனது மகளை கையளிக்கப் போகிறோமா? இருண்ட கிணற்றின் விளிம்பில் வைத்து யாரோ தள்ளிவிடுவது போலிருந்தது. நினைக்க நினைக்க சுபத்ராவுக்குள் அச்சம் அடர்ந்துகொண்டுபோனது. ஒருகணம் அந்த மேசையில் மிருதுளா நிர்வாணமாக குப்புறக்கிடப்பதுபோல ஒரு காட்சி அவளது மனதில் மின்னல்போல வெட்டிச்சென்றது. ஸ்டியரிங்கை இறுக்கிப் பிடித்துக்கொண்டு, ஆசனத்திலிருந்து துள்ளி முன்னே வந்தாள். அச்சமும் ஆற்றாமையும் மனதில் பொங்கியபடியிருந்தது. வேறெதையுமே அவளால் சிந்திக்கமுடியவில்லை.

அரங்கேற்ற நிகழ்வுக்குப் போகத்தான் வேண்டுமா? லோஜனை வெளியே அழைத்து உடல்நிலை சரியில்லை என்று சொல்லிவிட்டு வீட்டுக்குத் திரும்பிவிடலாமா?

விஷயத்தை பெரிதுபடுத்தி நாடகமாடுவதைப் போலிருந்தது.

திரும்பவும் நடுக்கண்ணாடியில் முகத்தைச் சரிசெய்துகொண்டு, மண்டபத்துக்குள் சென்றாள் சுபத்ரா.

முத்துசாமி தீட்சிதரின் 'பால கோபாலா' கீர்த்தனை அப்போதுதான் ஆரம்பித்தது. வயலின்காரரர் ஆலாபனை செய்துகொண்டிருந்தார். தவிர்க்கமுடியாத அந்த உருவத்தை நோக்கி சுபத்ரா அச்சத்தோடு பார்வையை நிமிர்த்தினாள். நெற்றியில் திருநீறுழுத்து, மிருதங்கத்தினை கால்களுக்கு இடையில் வைத்தபடி, தனது நீண்ட விரல்களினால் நாதம் சேர்க்கத்தொடங்கிய வருணுக்கு அரங்கமே கரகோஷம் எழுப்பி ஆர்ப்பரித்தது. சுபத்ராவுக்கு கண்கள் இருட்டிக்கொண்டு வந்தன. லோஜன் வந்து அருகில் வந்து அமர கொஞ்சம் தைரியம் வந்ததது. மிர்துளா எடுத்துவரச் சொன்ன பிறிண்ட் பிரதிகளை அவனிடம் கொடுத்தாள். சிறிது நேரத்தில், அவற்றை மிர்துளாவிடம் கொண்டுபோய்க் கொடுத்துவிட்டு வந்தான் லோஜன்.

நிகழ்ச்சி ஒவ்வொரு பாடல்களாக உருளத்தொடங்கியது. எதிர்பார்த்ததுபோல, நேசன் அண்ணன் குறுக்கும் மறுக்கும் ஓடிவந்து 'க்ளோஸ் அப்' வைத்து லோஜன் தம்பதிகளை வீடியோ எடுத்தார். சுபத்ரா இது தனக்குரிய பெரியதொரு சோதனை காலம் என்பதுபோல, சின்னதாகச் சிரித்து வைத்தாள். அது மேடையின் பின்னாலிருந்த திரையில் பெரிதாக வந்துபோனது.

(2)

அரங்கேற்றம் முடிந்து இரண்டு நாட்களாகிவிட்டன. ஆழ்மனதில் உருண்டபடி கிடக்கும் பாரத்தை வார்த்தைகளில் செருகி யாரோடும் பகிர்ந்துகொள்வதற்கு, சுபத்ராவுக்கு இன்னமும்தான் உதடுகளில் சொற்களின் வேர் முளைக்கவில்லை. எத்தனையோ விடயங்களைப் பேசுமளவில் மிர்துளாவின் பதின்மம் முதிர்ச்சியோடு செழித்திருந்தாலும், இது கிட்டத்தட்ட அவளின் குடும்ப விவகாரம் போன்ற கட்டத்தை அடைந்துவிட்ட ஒன்று. அவளது வருங்காலக் கணவரை பலிபீடத்தில் தூக்கிவைப்பது போன்ற காரியம். அவளுக்குரிய வாழ்வுக்கு ஒப்புதல் அளித்துவிட்டு, திரும்பவும் மகள் என்ற உரிமையோடு உள்ளே நுழையும் செயல். என்ன நினைப்பாள்? அவள் கொடுத்த யு.எஸ்.பி. ஸ்டிக்கில் தேவை- யில்லாமல் ஒரு வீடியோவைத் திறந்து பார்த்ததே தவறு, அதை வைத்துக்கொண்டு நியாயம்வேறு கேட்டுப்போய் நின்றால் அவள் என்ன நினைப்பாள்?

மிர்துளா சார்பிலான சமாதானங்களை மனதில் எவ்வளவுதான் அடுக்கிச் சமரசம் செய்ய முற்பட்டாலும், தனது மகளை, தெரிந்துகொண்டே ஒரு விகாரமனம் கொண்டவனிடம் ஒப்படைப்பதை சுபத்ராவினால் ஏற்கமுடியவில்லை. இவ்வளவு சபலபுத்தியும் கேவலமான உள் அழுக்கையும் கொண்டவன், எத்தனை பேருடன் இப்படியிருந்திருப்பான்? எதிர்காலத்திலும்கூட, மிர்துளா மாத்திரம் வருணுக்குப் போதுமானவள் என்று சுபத்ராவினால் நம்பமுடியவில்லை. வருண் அவளுக்குள் சுக்குநூறாகி உடைந்து கொட்டிக்கிடந்தான். அவனை அவளால் எந்த வழியிலும் சமரசம் செய்து கடந்துபோக முடியவில்லை. வருண் ஒரு மருத்துவன். நாளைக்குத் திருமணம் நடைபெற்ற பிறகு, மிருதுளாவுக்கு நடைபெறும் எதையும் தனது தொழிலால் மறைத்துவிடக்கூடும். மிர்துளாவும் அதனை மறைக்கக்கூடும். தான் காதலித்துக் கொண்டுவந்தவன்தானே என்ற குற்றஉணர்ச்சியில், தன்னிடம்கூட அவளது துயரத்தைப் பகிர்ந்துகொள்ளாமலிருக்கக்கூடும்.

மிர்துளாவின் கார் கராஜுக்குள் வருகின்ற சத்தம் கேட்டது. வருண் வீட்டுக்குப் போய்விட்டுத்தான் வருவதாக சொல்லிச் சென்றிருந்தாள். சுபத்ரா அன்று வேலைக்குப் போயிருக்கவில்லை.

வீட்டுக்குள் வந்ததும் வராததுமாக வருணுடன் இரண்டு நாள் 'காம்பிங்' போவதாக மிர்துளா தகவல் சொன்னாள்.

கடந்த வாரம் வரைக்கும் அது சுபத்ராவுக்கு மகிழ்ச்சியான செய்தி. ஆனால், இப்போது? மிர்துளா சொல்லி முடியும்போது,

மேசையில் நிர்வாணமாக குப்புறக்கிடந்த பெண்ணின் முகம் மின்னல்போல சுபத்ராவின் மனதில் தோன்றி மறைந்தது. அவள் தலையை நிமிர்த்திக் கதறிய சத்தம், அடிவயிற்றில் ஒருகணம் அலறி அடங்கியது. மிர்துளாவினைத் தனது விறைத்த கண்களினால் பார்த்த சுபத்ரா, அதை மறைப்பதற்காக கேத்தல் ஆழியை அழுத்தி, தேநீர் தயார் செய்வதற்கு சமையலறைக்குள் நகர்ந்தாள்.

“உங்களுக்கு என்னம்மா நடந்தது? வேலைக்கும் போகயில்லை. இரண்டு நாளா உடம்பு சரியில்லலையாம், அப்பா சொன்னார்.”

பாய்ந்து சென்று அவளைக் கட்டியணைத்து அழவேண்டும் போலிருந்தது சுபத்ராவுக்கு. அவளது கால்களில் விழுந்து இந்தத் திருமணம் வேண்டாம் என்று கெஞ்சிவிடலாமா என்றிருந்தது. விழிகளின் விளிம்புகள் எந்நேரமும் கண்ணீர்துளிகளை நெட்டித் தள்ளிவிடத் துடித்தன.

“இப்பதானே, அரங்கேற்ற வேலைகளோட பிஸியாக ஓடித்திரிஞ்சனீங்கள்.. கொஞ்சம் ரெஸ்ட் எடுக்கலாமே...”

எதையோ சொல்ல எண்ணிய சுபத்ராவின் மனம், வேறெதையோ புலம்பியது. வருணுடன் தனியாகப் போகவேண்டாம் என்பதை எடுத்துக்கூறுவதற்கு எந்தச் சொற்களும் அவளுக்குள் அகப்படவில்லை. அதைக்கூட மிர்துளாவின் முகத்தைப் பார்த்துப்பேச அவளால் முடியவில்லை.

“ரெஸ்ட் எடுக்கத்தான் ‘காம்பிங்’ போறம். வருணும் இந்த அரங்கேற்றத்தோட பயங்கரமாக களைச்சுப்போனான், இரண்டு நாளைக்காவது...” மிர்துளா பேசிக்கொண்டே போனாள். ‘இரண்டு நாள்’ என்பதுதான் சுபத்ராவுக்குள் திரும்பத் திரும்ப ஒலித்துக் கொண்டேயிருந்தது.

மெல்பேர்னிலிருந்து ஒன்றரை மணிநேரம் சென்றால், அல்பைன் தேசியப்பூங்கா. தூய காற்று, அமைதியான பிரதேசம் - மனதுக்கு நிம்மதி வேண்டுபவர்கள் இரண்டு நாட்கள் இதைச் சூழ்ந்த ‘காம்பிங்’ பிரதேசங்களுக்குச் சென்று - பிளாஸ்திக் கூடாரம் அமைத்து - தங்கிவருவது வழக்கம். சுபத்ரா இரண்டொரு தடவை லோஜன் - மிர்துளா சகிதம் போய்வந்திருக்கிறாள். கூடாரம் அமைத்துத் தங்கும் சாகசங்கள் அவளுக்கு ஒத்துக்கொள்ளவில்லை. வாடகைக்கு அறையெடுத்து குடும்பமாகத் தங்கி வந்தார்கள். சிறிய அறைதான். மூவர் தங்கிக்கொள்ளும் வசதிகள் தாராளமாக இருந்தன. பெரிய கட்டிலுடன் இணைந்த இன்னொரு சிறிய

கட்டில், கேத்தல், தேனீருக்கான பொருட்கள் வைக்கும் மேசை, ஜன்னலருகே அமைக்கப்பட்ட உல்லாசக் கதிரைகள், வெளியிலுள்ள அடர்ந்த மரங்களுக்குக் கீழே இரும்பு ஊஞ்சல். அங்கிருந்தும் உல்லாசமாக மலைவெளிகளைப் பார்க்கலாம். மரங்கள் உமிழ்ந்துவிடும் மகரந்தக்காற்றினைக் குடித்து மகிழலாம்.

இவ்வளவு அங்கிருந்தும், மிர்துளா ‘காம்பிங்’ போகப் போவதாகச் சொன்னவுடன், அந்த அறையிலிருந்த மேசைதான் சுபத்ராவின் நினைவில் தொப்பென்று வந்து விழுந்தது. எச்சிலை விழுங்கினாள். தான் கொஞ்சம் கொஞ்சமாகப் பைத்தியமாக மாறிக்கொண்டிருப்பது அவளுக்கே புரிந்தது. ஆனால், தனது மகளுக்காக உள்ளே சுரக்கும் வலியின் குமிழ்களைத் தானே விழுங்கிச் செரித்தாள். அதுவே தனது தேவை என்றும் நம்பினாள். அடிவயிறு முறுக்கியது.

மிர்துளா இதற்கு முன்னர் வருணோடு தனியாக ‘காம்பிங்’ போனதில்லை. ஆக, இது வருண் தான் நினைத்ததை செய்து தீர்த்துக்கொள்வதற்கு அவளை அழைத்துச்செல்கின்ற திட்டமிட்ட பயணமா? அல்லது, உண்மையிலேயே அவன் அரங்கேற்றத்தினால் களைத்துப்போய்விட்டானா? தான் ஒரு யாழ்ப்பாணத் தாயாக இவ்வளவு சிந்தித்தால், அவன் தனது மெல்பேர்ன் மருத்துவ மூளையால் எவ்வளவு திட்டம் போட்டிருப்பான்? மிர்துளா விடயத்தில், வருணுக்கும் தனக்குமான போட்டியில், தான் இன்னமும் தன்னை வளர்த்துக்கொள்ள வேண்டும் என்று சுபத்ரா உணர்ந்தாள். அதற்குத் தனது தரப்பினை இப்போதைக்கு இரகசியமாகப் பேணுவது தனக்கான பெரும்பலம் என்று நம்பினாள்.

மிர்துளா நீராடச் சென்றுவிட, தனது அறைக்குள் சென்று அல்பைன் தேசியப் பூங்காவுக்குட்பட்ட ‘காம்பிங்’ பகுதிகளை கூகிளில் தேடினாள். சுற்றவர உள்ள பொலீஸ் நிலையப் பெயர்கள், வைத்தியசாலைகள், உணவகங்கள் போன்றவற்றை ‘க்ளிக்’ செய்து பார்த்தாள். பிறகு, எதேச்சையாக தனது ‘பேஸ்புக்’ பக்கத்துக்கு போனபோது, வருணின் அரங்கேற்றப் படங்கள், மேடைக்கு பின்னால் நண்பர்களுடன் எடுத்துக்கொண்ட ‘செல்பிகள்’ என்று ஏகப்பட்ட காட்சிகள் நிறைந்துகிடந்தன. அநேகமாக ஒவ்வொரு படத்திலும் வருணுக்கு அருகில் மிர்துளா நின்றிருந்தாள். எல்லாப் படங்களிலும் அவனது கைகள் மிர்துளாவை அணைத்திருந்தன. ஒரு கோழிக்குஞ்சுபோல அவனது அணைப்புக்குள் அப்பாவியாக மிர்துளா அடைக்கலமாகி-

யிருப்பதைப் பார்த்தபோது, சுபத்ராவுக்கு கணனியில் அடித்து அடித்து அழவேண்டும்போலிருந்தது. அவளை அறியாமல் கன்னத்தில் வழிந்த கண்ணீர் மடியில் விழுந்துகொண்டிருந்தது. கண்களைத் துடைத்தாள். படங்களை மூடுவதற்கு அவள் மனம் கேட்கவில்லை. வருணின் கைகள், எங்கெல்லாம் மிர்துளாவை அணைத்திருக்கின்றன என்று படங்களை பெரிதாக்கிப் பார்த்தாள். மிர்துளாவின் தோளில், இடுப்பில் என்று மிகுந்த அன்போடு அரவணைத்திருப்பதுபோலத்தான் தெரிந்தது. ஆனால், அதனை அன்புதான் என்று சுபத்ராவினால் நம்பமுடியவில்லை. அந்த வீடியோவில் மேசையின் மீது நிர்வாணமாகக் கிடந்த பெண்ணையும் யாரோ ஒருவன் இவ்வாறுதானே அன்போடு அணைத்திருப்பான்? அவளும் அந்த அன்பை - அரவணைப்பை நம்பித்தானே அவனோடு சென்றிருப்பாள்?

மிர்துளா குளித்து முடிந்து, தலைக்கு 'ஹீட்டர்' பிடிக்கும் சத்தம் கேட்டது. சுபத்ரா கணனியை மூடிவிட்டுப் போய் படுத்தாள்.

(3)

தன் தாய்மையின் இயலாமையும், குழந்தையின் காதலும் வெற்றிகொள்கின்ற புள்ளியில் மிர்துளாவை கொஞ்சம் கொஞ் சமாகத் தான் இழந்துகொண்டிருப்பதாக சுபத்ரா உணர்ந்தாள். அதனை மீட்பதற்கு லோஜனை ஒரு துணையாக அழைத்துச்சென்றும் எந்த வெற்றியும் கிட்டப்போவதில்லை என்பதை தீர்க்கமாக தனக்குள் கண்டுகொண்டாள். இனி இதிலிருந்து மிர்துளாவே வென்று வருவாள் என்ற நம்பிக்கையை வளர்த்துக்கொள்வதுதான் ஒரேவழியென்று சுபத்ராவின் புத்தி அவளுக்குள் நொடி ஓயாமல் ஓதியது. ஆனால், உணர்வுகளால் குமிழ்விட்டுக் கொதித்துக்கொண்டிருந்த இதயம் மறுத்தோடியது. ஒவ்வொரு கணமும் அவளுக்குள் வீசியபடியிருந்த தாய்மையின் அனல், மிர்துளாவைச் சுற்றி வளையமாகச் சுழன்றுகொண்டிருந்தது. அவளை அணைத்தபடி தூங்கவேண்டும் போலிருந்தது.

அடுத்தநாள் காலை, படுக்கைப்பொதி, காம்பிங்கிற்குத் தேவையான உணவுப்பொருட்கள், மாற்றுடுப்புகள் அனைத்தையும் காரில் ஏற்றிக்கொண்டிருந்தாள் மிர்துளா. வெளியில் சென்று பார்த்தபோது இருள் விலகாததுபோலிருந்தது. பிரிட்ஜிலிருந்த தண்ணீரை எடுப்பதற்கு வரும்போது -

"திருநீறு பூசிவிட மறந்திட்டிங்களா..." - என்று தானாகவே ஞாபகமூட்டினாள் மிர்துளா. தூர இடங்களுக்கு மிர்துளா

தனியாகப் போகும்போது, சிறு வயதிலிருந்து திருநீற்றைப் பூசிவிடுகின்ற வழக்கம் சுபத்ரா அன்று இயல்பாகவே அதனை மறந்திருந்தாள். மிர்துளா தானாக வந்து அதனைக் கேட்டபோது, எதுவுமே பேசாமல் பூஜை அறைக்குச் சென்று, திருநீற்றை எடுத்து வந்தாள். தன்னுடம்பு கனன்றுகொண்டிருப்பதை அவள் உணர்ந்தாள். மிர்துளாவிற்கு முன்னே வந்து நின்றபோது, அவளின் அருகாமை அவளுக்குள் நடுக்கத்தை ஏற்படுத்தியது. அவளை ஓங்கி அறைந்து அறைக்குள் இழுத்துச்சென்று பூட்டிவைத்துவிடலாமா என்றெண்ணினாள். எல்லாவற்றுக்கும் இன்று ஒரு முடிவு கட்டிவிடலாமா என்று பார்த்தாள். ஒரு கணம், தான் எவ்வளவு முரண்பாடானவள் என்பதை உணர்ந்தாள். பிறகு, மென்மையான அவள் நெற்றியில், மெல்லிய திருநீற்றுக்குறியை வரைந்தாள். அவளது இமைகளின் மீது உள்ளங்கையைக் குடைபோல பிடித்து, திருநீற்றை ஊதிவிட்டாள். தன் காற்றுப்பட்டால் அவளைச் சூழும் தீய சக்திகள் கலையும் என்பதைத் தாண்டி எந்த நம்பிக்கையும் அப்போது சுபத்ராவின் வசமிருக்கவில்லை.

“போன் சார்ஜர் எடுத்தனியா அம்மா?”

“யெஸ்” - அந்த வார்த்தை ஏதோ நம்பிக்கையாக இருந்தது.

புறப்பட்டுச் சென்ற மிர்துளாவின் கார் ஒரு சிறு பொட்டுப்போல தெருமுனையில் மறையும்வரை பார்த்துநின்ற சுபத்ரா, சூனியம் சூழ்ந்திருந்த வீட்டிற்குள் எடையிழந்து நடந்தாள். நேராக பூஜையறையில் சென்று நிலத்தில் அமர்ந்தாள். தன் வயிற்றை வருடினாள். அதனைக் கிழித்து மிர்துளாவை மீண்டும் உள்ளே வைத்துக்கொள்வதற்குமாத்திரம் ஒரு வழியிருந்தால், தன் குழந்தைக்கு எவ்வளவு பாதுகாப்பு என்பதுபோல வரிசையாக வைக்கப்பட்டிருந்த சுவாமி படங்களைப் பார்த்து விம்மினாள். இறுகிய உதடுகள் வெடித்து வாய்நீர் வடிந்தது. தொண்டையில் சிக்கியிருந்த வார்த்தைகளை வெளியில் இழுத்தெடுத்து அழமுடியாமல், அவளது கேவல் அந்த அறையை நிறைத்துக்கொண்டேயிருந்தது.

“என் பிள்ளைக்கு ஒன்றுமே நடக்கக்கூடாது ஆண்டவா... அவளாக உணர்ந்து அவனிடமிருந்து என்னட்ட திரும்பி வந்திரவேணும்.......”

நனைந்திருந்த தரையில் கண்களை ஒற்றி வழிபட்டாள். வெளியில், சம்பந்தமே இல்லாமல் இராக்குருவியொன்று கத்தியபடி பெட்டூளா மரத்தில் தாவியோடியது.

அடுத்தநாள் மெல்பேர்ன் விநாயகர் ஆலயத்துக்கு பகல்நேரப் பொழுதொன்றில் போன சுபத்ரா, மிர்துளாவின் மீன ராசி - ரேவதி நட்சத்திரத்திற்கு அர்ச்சனை செய்தாள். திருநீற்றைக் கையில் கொடுக்கும்போது, 'கல்யாண யோகங்கள் பிள்ளைக்கு தீர்க்கமாக இருக்கும்' - என்றார் விளாத்திகுளம் ஐயர். விநாயகர் ஆலய விளாத்திகுள ஐயருக்கு, அங்கு வருகின்ற அத்தனை பேரின் குடும்ப விடுப்புகளும் தெரியும். அவை எல்லாவற்றையும் கூட்டியெடுத்து, அர்ச்சனைகள் - ஆசீர்வாதிகள் என்று வரும்போது அடித்துவிடுவார். அவற்றை ஆண்டவன் வாக்காக அநேகம்பேர் நம்பி. கோபுரத்தைப் பார்த்து கன்னத்தில் போட்டுக்கொள்வர்.

(4)

'**கா**ம்பிங்' போய்வந்த மிர்துளா படுக்கையில் வீழ்ந்தாள். உடல் கொதித்தபடியிருந்தது. கொதிநீரில் தலைமுழுகிப் படுத்தவள் முதல்நாள் முழுவதும் குறட்டைவிட்டு நன்கு தூங்கினாள். இடையில் மூன்று தடவைகள் வருண், சுபத்ராவுக்கு தொலைபேசியில் அழைத்திருந்தான். மிர்துளா நித்திரையால் எழுந்து அழைக்கட்டும் என்று சுபத்ரா தொலைபேசியை எடுக்கவேயில்லை. கடைசியில், வருணின் தாயார் அழைத்தபோது, மிர்துளாவுக்கு 'பயங்கர காய்ச்சல்' என்ற தகவலை உடைந்த குரலில் சொன்னாள் சுபத்ரா. வரும்போதே சற்று சுகவீனமாக இருந்தாள் என்றும் தனது மகன் மாத்திரைகள் கொடுத்திருந்தான் என்பதையும் வருணின் தாயார் சொன்னாள். "உன்ர மகன் என்ர பிள்ளையக் கொண்டுபோய் என்னவோ செய்துபோட்டு, குளிசையும் குடுத்து அனுப்பி-யிருக்கிறான். அதைக் கேக்கிறதுக்கு உனக்கு லாயக்கில்லை. எடுத்து வச்சு விளக்கமோடி தாறாய் வேசை..." - என்பதுதான் சுபத்ராவின் இடத்திலிருந்து பேசக்கூடிய எந்தத்தாயினதும் தரமான பதிலாக இருந்திருக்கும். ஆனால், சுபத்ராவுக்கு தொலைபேசியில் நடுக்கத்தோடு பதில் சொல்லவும், அந்த உரையாடல் முடிந்தபிறகு, மிர்துளாவுக்கும் கேட்டுவிடக்கூடாது என்று பூஜை அறையில் போயிருந்து விம்மல்களை விழுங்கிக்கொள்ளவும் மாத்திரமே முடிந்தது.

இரவு இடியப்பமும் சொதியும் வைத்துக்கொண்டு பனடோலுடன் மிர்துளாவின் கட்டிலருகே சென்றாள் சுபத்ரா. குறட்டையொலியில் மிர்துளாவின் உடல் சீராக ஏறி இறங்கியபடி-யிருந்தது. நெற்றியில் புறங்கையை வைத்துப் பார்த்தாள். கணச்சூடு தெரிந்தது.

சிப்பிபோன்ற கண்கள் மிகவும் சோர்ந்து மடிந்திருந்தன. உலர்ந்த உதடுகள் சாதுவாகத் திறந்திருக்க, மெல்பேர்ன் மொனாஷ் வைத்தியசாலையில் பிறந்தவுடன் பார்த்ததுபோலவே இன்றைக்கும் தூய உறக்கத்தில் லயித்திருந்தாள் மிர்துளா. அந்தச் சிறிய கண்களுக்குப் பின்னால் எத்தனை கனவிருந்திருக்கும். அந்தக் கனவுக்குள் எத்தனை எத்தனை ஆசைகளிருந்திருக்கும். எல்லாவற்றையும் அவள் நினைத்த திசையில் கைகாட்டி அழித்து விட்டோமோ என்று சுபத்ரா மீண்டும் மீண்டும் வருந்தினாள். என்ன நடந்துவிட்டது என் பிள்ளைக்கு? கண்ணீரைத் துடைத்தபடி சற்று நிதானமாகச் சிந்தித்தாள். மிர்துளாவுக்கு உண்மையில் என்னதான் நடந்திருக்கும் என்பதைத் தானறியாவிட்டால், வேறு யாராலும் அறியமுடியாது என்றெண்ணினாள். சற்றுநேரம் கண்களை மூடி யோசித்தாள்.

'இவள் என் கைகளில் நான் வளர்த்த குழந்தை. என் கைப்பட உடலெங்கும் அழுக்கெடுத்து குளிப்பாட்டிவிடப்பட்டவள். உடலின் ஒவ்வொரு இடத்திலும் எங்கு மடிப்பிருக்கு, எங்கு மச்சமிருக்கு என்பதை எண்ணி எண்ணி, ஒப்பனையிட்டு அழகுபார்த்த ஆச்சரியம் இவள். இவளுக்காகவே இனி வேறு குழந்தை வேண்டாம் என்று ஒற்றைச் சித்திரமாக வரைந்தெடுத்த அதிசயம் இவள். பருவமடையும்வரைக்கும் - ஏன் இப்போதும் அவ்வப்போது - என் முன்னாலேயே உடை மாற்றுபவள்'

எண்ணங்கள் அருவியாகக் கண்ணீரோடு சேர்ந்து கரைந்தோடிக் கொண்டிருந்தன.

மெதுவாக மிர்துளாவின் அருகில் சரிந்து படுத்த சுபத்ரா, அவளது ரீசேர்ட்டை மெதுவாக உயர்த்தினாள். உள்ளாடை அணியாத மார்பகங்களை நியோன் மேசை விளக்கு வெளிச்சத்தில் தன் கண்களை அருகில் கொண்டு சென்று பார்த்தாள். குறட்டையில் அவளுடல் தொடர்ந்து ஏறி இறங்கியபடியிருந்தது, முலைக்காம்புகளை மெதுவாக விலத்தி நெஞ்சின் நடுவில், ஏதாவது அடையாளங்கள் தெரிகிறதா என்று நெற்றியை சுருக்கிப் பார்த்தாள். சுபத்ராவின் நெற்றித்திருநீறு சொரிந்து அவளுடலில் விழுந்தது. நெஞ்சு தொடர்ந்து அதிர்ந்தபடியிருந்தது, சற்றுக் கீழே இறங்கியவள், பிஜாமாவை மெதுவாக கீழே தள்ளினாள். தொடைகளுக்கு கைகளை ஆழமாகக்கொண்டு சென்று, தடித்திருக்கிறதா என்று தடவிப்பார்த்தாள். தன் விரல்களுக்கு அவளுடலில் எந்த மாற்றமும் தெரிந்துவிடும் என்ற ஆழமான நம்பிக்கை சுபத்ராவுக்கிருந்தது. குழப்பத்தோடு பிஜாமாவை மேலிழுத்துவிட்டாள்.

மிர்துளாவின் குறட்டை சீராக ஒலித்தபடியிருந்தது. சுபத்ராவுக்கு அந்த மேசை விளக்கின்மீது அவ்வளவாக நம்பிக்கையில்லாவிட்டாலும் தனது கைகளை நம்பியிருந்தாள்.

பக்கத்து மேசையிலிருந்த அவளது தொலைபேசிக்கு வருண் அழைத்துக்கொண்டிருந்தான். ஆனால், தொலைபேசி சைலெண்டிலிருந்த காரணத்தினால், திரை வெளிச்சத்தில் அவனது புகைப்படம் சிரித்தபடி தெரிந்தது. தான் செய்தது எதையும் சுபத்ரா கண்டுபிடிக்கவில்லையே என்பதுபோல தொலைபேசியில் தெரிந்த வருணின் புகைப்படம் சுபத்ராவைப் பார்த்துச் சிரித்தது. கோபம் பொங்கி வந்தது. வேகமாக எழுந்து சென்ற, தொலைபேசியை கவிழ்த்துவைத்தாள்.

வேலையால் வந்த லோஜன் அப்போதுதான் குளித்து முடித்துவிட்டு, சாப்பாட்டு மேசைக்கு வருவது வெளியில் கேட்டது.

பரிமாறுவதற்காக மிர்துளாவின் அறையிலிருந்து வெளியில் வந்த சுபத்ராவிடம் "மகள் நித்திரையா" - என்றான். உள்ளே செய்துவிட்டு வந்த காரியத்தின் குற்ற உணர்ச்சி, சுபத்ராவுக்கு லோஜனை ஏறெடுத்து பார்க்கத் தடுத்தது. என்ன பதிலளிப்பது என்று யோசிப்பதற்குள் -

"அண்டைக்கு, 'பிரிண்ட்' எடுக்கிறதுக்கென்று என்ர 'யு.எஸ்.பி.' ஸ்டிக் ஒண்டை மிர்துளா வாங்கினவள், உன்னட்ட தந்தவளா" என்றான் லோஜன்.

தன்னைச்சுற்றி இருள் படர்வதைப்போலிருந்த சுபத்ரா, நிலைகுலைந்து லோஜனை நோக்கித் தடுமாறி விழ, இடியப்பத் தட்டில் கைவைத்த லோஜன், அப்படியே சுபத்ராவை நோக்கி ஓடிவந்தான். அவ்வளவுதான் சுபத்ராவுக்கு ஞாபகம்.

கண்விழித்தபோது, மருதுளாவின் மடியில் கிடந்த சுபத்ராவுக்கு திருநீறைப் பூசிவிட்டபடி "அம்மா..." - என்றாள்.

அன்றிரவு மிர்துளாவின் அறையில் தூங்கச்சென்ற சுபத்ராவுக்கு, பக்கத்து அறையில் கேட்டபடியிருந்த லோஜனின் குறட்டை இருபது வருடங்களில் முதன்முதலாக வித்தியாசமாக ஒலித்தது. அந்த சத்தத்தின் அலைவரிசையில் லோஜன் எழுந்து, அந்தரத்தில் சுபத்ராவை நோக்கி மிதந்து வருவதுபோலவுமிருந்தது. அவனது உருவத்திலும் சிரிப்பிலும் முற்றிலும் வித்தியாசமாகத் தெரிந்தான். அச்சமூட்டினான். அணைப்பதற்காக விரிந்த அவன்

கரங்களிலிருந்து தப்பியோட முடியாமல், சுபத்ரா தரையோடு தன்னை வேகமாகப் பின்தள்ளியபடி விம்மினாள்.

மிர்துளாவின் குறட்டை சத்தத்தையும் மீறி, தனது இதயம் அதிரும் சத்தம் கேட்டு சுபத்ராவுக்கு நினைவு வந்தது.

அவளை அறியாமலேயே அவள் விரல்கள் தன் மார்பின் மீது வருடியபடி எதையோ தேடின.

தற்பலி

பல்கலைக்கழக மூன்றாம் வருடத் தேர்வுக்கான கற்றல் விடுமுறை நாளொன்றில் பொது நூலகத்திற்குச் சென்றிருந்தேன். முதன்முறையாக அங்குதான் பிராங் கில்லார்ட் பிரான்ஸெஸ்கோவை சக்கர நாற்காலியில் வைத்துப் பார்த்தேன். பழுத்த கேசம். சுருக்கம் விழுந்தாலும் வயோதிபத்தை மீறி மினுங்கும் பரந்த நெற்றி. பழுப்புக் கண்களில் நீல ரேகைகள். சாம்பல் நிற பாண்ட், மெல்லிய கறுத்தவரி ஓடிய வெள்ளை நிற சேர்ட். அவரது சக்கர நாற்காலிக்கு ஒரு உதவியாளர். எப்போதும் விழிப்பின் பாய்ச்சல் கொண்ட கண்களால் பிரான்ஸெஸ்கோவை அவதானித்தபடி-யிருந்தார்.

அன்று கிறிஸ்மஸ் தினம். ஆனாலும் நூலகத்திற்குச் சென்றிருந்தேன். பிரான்ஸெஸ்கோவும் தனது உதவியாளரோடு வழக்கம்போல வந்திருந்தார். அனைவருக்கும் நூலகப் பெண்மணி வாசலிலேயே இன்முகத்தோடு கேக்கும் கோப்பியும் தந்து கிறிஸ்மஸ் வாழ்த்துச் சொன்னார். வாங்கிக்கொண்டு உள்ளே சென்றேன். எதிர்ப்பட்ட பிரான்ஸெஸ்கோவை சந்தித்தவுடன் -

"கிறிஸ்மஸ் வாழ்த்துகள்" - என்றேன்.

தலையை மேலும் கீழும் அசைத்தார்.

"நன்றி... உனக்கும் உரித்தாகட்டும்."

நான் நினைத்த அளவு கடுமையில்லாத குரல். ஆனாலும் வயோதிபத்துக்குரிய களைப்புத் தெரிந்தது.

"நான் சார்ள்ஸ். ஈழத்தைச் சேர்ந்தவன். சுவின்பேர்ன் பல்கலைக்கழகத்தில் கல்வி கற்கிறேன். உங்களை இங்கு அடிக்கடி கண்டிருந்தாலும் பேசிக்கொள்ளும் வாய்ப்பு இன்றுதான் அமைகிறது..." என்றேன். சிறிய புன்னகையை உதட்டில் மலர்த்தி கண்களை மூடித் திறந்தவர், "நான் பிராங் கில்லார்ட் பிரான்ஸெஸ்கோ" என்றார்.

"நான் பார்க்கும்போதெல்லாம், நீங்கள் அன்னா கரீனினா நூலோடுதானிருக்கிறீர்கள். நீங்கள் டால்ஸ்டாயின் வாசகரா... அல்லது..."

பரீட்சைக்குப் படிக்க வந்தாலும் நான் அவரை அவதானித்திருப்பதை பிரான்ஸெஸ்கோ ஆச்சரியத்தோடு ஏற்றுக் கொண்டார். சிறிய மௌனத்திற்குப் பின்னர் எங்களுக்கிடையே அமைதி பரவிற்று.

நான் கேட்ட கேள்வி அவருக்கு நெருக்கடியான உணர்வைத் தந்திருக்கலாமென்று தோன்றியது. அதனைச் சமாளித்துக் கதையை மாற்றினேன்.

ஆனால் அவர் முதலில் கேட்டமைக்கு பதில் சொன்னார்.

"டால்ஸ்டாய் வாசகன் என்று மாத்திரம் சொல்லிவிட மாட்டேன். ஆனால், விரான்ஸ்கியின் மனதையும் அவன் காதலையும் மதிப்பவன். இலக்கியமெல்லாம் இருக்கட்டும். உனது பரீட்சை எப்போது?"

"அடுத்த வாரம்."

"பரீட்சையெல்லாம் முடித்துவிட்டு வா. உன்னோடு அமர்ந்து கதைக்க விருப்பமாக இருக்கிறது. உன்னிடம் சொல்ல எனது சேதிகள் நிறையவே உள்ளன."

"பரீட்சையொன்றும் பிரச்சினையில்லை பிரான்ஸெஸ்கோ. வெளியிலிருந்து பேசலாம்... வாருங்கள்" என்றேன்.

நானே சக்கரநாற்காலியைத் தள்ளிக்கொண்டு வெளியேற முனைந்தேன். அவரது உதவியாளர் பதறியடித்து ஓடிவந்தார். என்னுடைய கைகளைப் பிடித்து உதறினார்.

பிரான்ஸெஸ்கோ என்னைப் பார்த்து, "மன்னித்துக்கொள் சார்ள்ஸ்" என்றார்.

நூலகத்திற்கு வெளியேயிருந்த மரத்தின் நிழலில் அமர்ந்து கொண்டோம்.

(2)

"வாழ்வு போதுமான இன்ப துன்பங்களைச் சம விகிதத்தில் உவந்தளித்து கொண்டாடித் தீர்த்தது. சாவை அழைத்து இரவுகளில் பிரார்த்திப்பேன். அதிகாலையிலேயே உயிருடன் எழுந்துவிடுவேன்" என்று பிரான்ஸெஸ்கோ சொல்வதைக் கேட்டதும் அச்சம் வந்திற்று.

அவரது உதவியாளர் என்னுடைய அதிர்ச்சியைக் கண்டு எள்ளலாகப் புன்னகைத்தார். "எனக்கு ஏதோ மனச்சிக்கல் என்று நினைத்திருப்பாய் அல்லவா" என்று கேட்டார் பிரான்ஸெஸ்கோ.

"நிச்சயமாக அப்படித்தான் நினைக்கிறேன். உங்களுக்காக நான் மிகவும் கவலையடைகிறேன். நீங்கள் இவ்வளவு மனத்துயருக்குள் போயிருக்கக்கூடாது" என்றேன்.

"நாற்பது வருடங்களுக்கு முன்னர் மெல்பேர்ன் மத்திய நகர் உதைபந்தாட்டக் கழகத்தில் பெரும் புகழோடு விளையாடிய நட்சத்திர ஆட்டக்காரன் நான். என்னுடைய கால்கள் மைதானங்களில் சுழன்றன. ஒவ்வொரு தடவையும் என்னால் உதைக்கப்படும் பந்து, வெற்றியைப் பெற்றுத் தந்தது. ஒருமுறை பயிற்சியாளர் வேடிக்கையாகச் சொன்னார் " பிரான்ஸெஸ்கோ உன்னிடம் பந்து வந்ததும், உன் காலில் தெய்வம் நுழைந்து விடுகிறது. அதுதான் அதிசயம் நிகழ்த்துகிறது."

ஆனால் லில்லி எனக்குள் அதிசயத்தை நிகழ்த்தினாள். இத்தாலிய செல்வந்தர் ஜிலோனியின் மகள் அவள். பேரழகியென்று சொல்வதால் அழகு பெருகுபவள். அழகு சாதனப் பொருட்களை அறிமுகம் செய்யும், பெரு நிறுவனங்களின் பிரதிநிதியாக ஆஸ்திரேலியா முழுவதும் வலம் வந்தாள். மெல்பேர்னில் கால்ட்டன் மைதானத்தில் நடைபெற்ற உதைபந்தாட்டப் போட்டியின் பின்னரான, வெற்றிக்கொண்டாட்ட நிகழ்வில் லில்லியை முதன்முதலாகக் கண்டேன்.

"லில்லி என்னை மிகப் புதிரான காதலினால் ஆட்கொண்டாள். அவள் முற்றிலுமாக என்னிடம் சரணடைந்தாள். அவளிடம் நான் சரணடைந்திருக்கக் கூடாது. ஆனாலும் தனது அழகும் பணமும் என் முன்னால் ஒரு பொருட்டே அல்ல என்றாள். என் திமிரைத் தன்னுடைய காதலின் பெருமையாக எண்ணினாள்.

லில்லியுடனான திருமணம் மெல்பேர்ன் கிறவுண் கஸினோவில் நடைபெற்றது. நான்கு நாள் நிகழ்விற்கு, இத்தாலியின் சீமான்களும் சீமாட்டிகளும் வந்திருந்தனர். என்னை மைதானத்தில் கண்டெடுத்த முத்து என்று லில்லி எல்லோருக்கும் சொல்லிப் பெருமிதப்பட்டாள். நிலவு வளர்ந்து தேய்ந்து இரவு பகல்கள் ஓடின.

(3)

ஒரு கிறிஸ்மஸ் நாளில் எங்கள் வீட்டில் நெருக்கமான நண்பர்களுடன் நிறைபோதையில் சீட்டாடிக்கொண்டிருந்தேன்.

மாடி வீடு முழுவதும் அலங்கார விளக்குகளால் ஜொலித்தது. நண்பர்களின் மனைவியர், வீட்டின் மேல்மாடியில் லில்லியின் புதிய அழகுசாதனப் பொருட்களை விசாரிப்பதிலும் அவளது விலை உயர்ந்த ஆடைகளை அளைந்து வியப்பதிலும் மகிழ்ந்திருந்தனர்.

“சீட்டாட்டத்தில் தீவிரமாயிருந்தேன். என்னிடமிருந்த அதிரக இத்தாலி மதுவை நண்பர்களுடன் பகிர எண்ணினேன். என்னுடைய படுக்கையறை அலுமாரியிலிருந்த மதுப்போத்தலை எடுத்துவருவதற்காக லில்லியை அழைத்தேன். உரத்துக் கூவினேன். வரவில்லை. சீட்டாட்டத்தில் அமர்ந்திருந்த நண்பனொருவன் “நீ. விரும்பியபடி உன் காலுக்கு கீழ் வைத்திருக்க அவளொன்றும் உதைபந்து கிடையாது. அவள் இத்தாலிய சீமாட்டி. பேரழகி. உன்னுடைய குரலுக்கு அவள் பதில் சொல்ல மாட்டாள்” என்று எள்ளி நகையாடினான். அவனது பேச்சு அவமானத்தையும் சினத்தையும் தந்தது. சீட்டாட்டத்தில் தோற்றேன். சூதின் களத்தில் நான் தலைகவிழ, லில்லி என் அழைப்புக்கு செவி சாய்க்காததுதான் காரணமெனக் கொதித்து எழுந்தேன்.

மாடங்கள் தாண்டி, சாத்தப்பட்டிருந்த படுக்கையறைக் கதவை மூச்சுப்பிடித்து உதைந்தேன். முதல்கணத்தில் உள்ளிருந்து கதவைத் திறப்பதற்கென வந்திருந்த லில்லியை முகத்திலடித்து தூக்கியெறிந்தது. திறந்து கொண்ட கதவு அசையாது நின்றது. பெருங்குரலெடுத்து கிரனேட் கல்பதித்த தரையில் விழுந்தாள் லில்லி. மூர்ச்சையாகிப் போன உடலிலிருந்து ரத்தம் வெளியேறித் தீர்ந்தது. நான் கதறினேன். காலடியில் தேம்பிய லில்லியின் ரத்தத்தை தொட்டு அவளை எழுப்பிக்கொண்டே இருந்தேன்.

நண்பர்கள் உள்ளே ஓடிவந்தார்கள். போதையின் கொடும் விஷத்தில் சுருண்டு உறைந்தேன். என் உடலெங்கும் அவளது ரத்தம்.

(4)

லில்லியின் இறுதி நிகழ்வுகள் நடைபெற்றன. அப்போது நான் சிறைச்சாலையில் அடைக்கப்பட்டிருந்தேன். மூன்று மாதங்களாக விசாரணைக் கைதியாகவிருந்தேன். அன்றிரவு என்னுடனிருந்த ஒரு நண்பனைத் தவிர எவரும் சிறைக்கு வந்து பார்க்க விரும்பவில்லை.

என் பக்கம் வாதாடிய சட்டத்தரணி கடைசி நீதிமன்ற அமர்வில் ‘பிராஸ்ஸெஸ்கோ ஒரு சிறந்த உதைபந்தாட்ட வீரர். அவருடைய கால்களில் தெய்வம் குடிகொண்டிருக்கிறது” என்றார்.

"ஆம். அவர் சிறப்பாக உதையக்கூடியவர் என்பதைத்தான் உங்கள் எதிர்த்தரப்பினரும் சொல்லுகிறார்கள். மனைவியை உதைந்து கொல்லும் காலில் சாத்தான் இருக்கலாமே அன்றி தெய்வம் இருக்காது" என்றார் நீதிபதி.

"கொலைக் குற்றச்சாட்டு நிரூபிக்கப்பட்டு முப்பதாண்டுகள் சிறையில் அடைக்கப்பட்டேன். சிறைகளில் கைதிகளுக்கு உதைபந்தாட்ட பயிற்சியளிக்கக் கேட்டபோதெல்லாம் மறுத்தேன். அழுகிய கால்களால் எதையும் செய்யமுடியாது அல்லவா!"

"சிறையில் சவரம் செய்வதற்காகத் தரப்பட்ட பிளேட்டைப் பிளந்து எடுத்து, மூன்று தடவைகள் கழுத்தை வெட்டித் தற்கொலைக்கு முன்றேன். ஆனாலும் லில்லியின் இரத்தம் என்னை இறந்து போகவிடவில்லை. அவள் என்னைத் தண்டிக்க விரும்பி, உயிர் தப்பச் செய்தாள். எனக்கு அவளைத் தெரியும். அவளுடைய ஆவி என்னுடைய கால்களுக்கு கீழ் அமர்ந்திருக்கிறது.

தண்டனைக்காலம் முடிந்து சிறையிலிருந்து வந்தேன். என்னோடு எவருமில்லை. பூமி என்னைப் பார்த்து வெறித்திருந்தது. சிறையில் தற்கொலைக்கு முயன்ற காரணத்தினால், இருபத்து நான்கு மணிநேரமும் ஒருவரது கண்காணிப்பில் புனர்வாழ்வு குடியிருப்பில் என்னைக் கொண்டுபோய் சேர்த்தார்கள். ஆனாலும் நான் சளைக்கவில்லை. ஒரு நாளிரவு மூன்றாவது மாடியிலிருந்த ஜன்னல் கண்ணாடிகளை உடைத்துக்கொண்டு கீழே குதித்தேன். காற்றின் குளிர்ச்சியோடு மரணம் என்னைத் தழுவியதென்று எண்ணித் தரையில் மோதி விழுந்தேன்.

விழிதிறக்கும்போது வைத்தியசாலையிலிருந்தேன். என்னைக் கட்டிலோடு சேர்த்து விலங்கிட்டிருந்தார்கள். என்னிடம் கால்கள் இருக்கின்றன என்ற உணர்வற்றுப் போனேன். நான் நிரந்தர முடமானேன் என்று மருத்துவ அறிக்கைகள் சொல்லின. மூன்று மாத கால உளவள சோதனைக்குப் பிறகு, எங்கு சென்றாலும் உதவியாளர் ஒருவரோடுதான் போகவேண்டுமென உத்தரவு பிறப்பித்தார்கள்.

ஒருமுறை கலவி முடிந்து, நானும் லில்லியும் மது அருந்திக் கொண்டிருந்தோம். அது சுவையான பொழுது. காமத்தின் சாரல்கள் ஊறியிருந்த உடலில் மது நன்றாகப் புளிப்புக் கூடி நின்றது. அப்போது லில்லி "உன்னுடைய கால்கள் என்னைக் கிளர்த்துகின்றன. அது விளையாட்டு வீரனின் வித்தையோடு என்னிடம் கலவியில் தோற்க வேண்டுமென விரும்புகிறேன்" என்றாள்.

"என்னுடைய கால்கள் தோற்பவை அல்ல. பூமியில் எங்கும் வாகை சூடுபவை. உன்னிடமும். உன் சரீரத்திலும் அவையே வெல்லும்" என்றேன். ஆனால் இன்றைக்கு லில்லி என்னை வென்று விட்டாள். என்னைப் பழிதீர்க்க முடம் தந்திருக்கிறாள்" என்றார்.

என்னுடைய குரல்வளை ஏறி இறங்கியது. இப்படியொரு சூறை அடித்துப் போட்ட எந்த மனிதரையும் முன்பாக சந்தித்ததில்லை. பிரான்ஸெஸ்கோவின் கண்களில் கண்ணீர் இல்லை. துடைத்துச் சுத்தமாக்கப்பட்ட வீட்டின் தரையைப் போலக் காய்ந்திருந்தது. உதவியாளர் இவையெல்லாம் பழைய கதைகள் என்பதைப் போல நொறுக்குத்தீனியை அடைந்து கொண்டிருந்தான். ஒரு பகலின் முன்பு உதிர்ந்து விழுந்த சருகைப் போல அந்த மரத்தின் கீழே பிரான்ஸெஸ்கோ அமர்ந்திருந்தார்.

"எனதருமை நண்ப சார்ள்ஸ்! என்னை நினைத்து பரிவு கொள்ளாதே. உன்னுடைய துயரங்களின் முன்பு இவையெல்லாம் வெறுந்தூசிகள். உன் மூதாதையர்களின் கண்களைப் பிடுங்கி சிறையறைக்குள் கோலி விளையாடியதையும், உன் தாய்மாரின் கருப்பைகளை துப்பாக்கி முனைகள் கிழித்ததையும் நான் அறிவேன். உன்னோடு நேசம் பாராட்டுவதே சற்று என்னைத் தேற்றுகிறது" என்றார்.

அவருடைய கைகளைப் பற்றிக் கொண்டு "பிரான்ஸெஸ்கோ" என்றேன்.

அவர் தொடர்ந்து "எனக்குச் சாவைத் தவிர பேரமைதி யொன்று கிட்டவே கிட்டாது. பெருநெருப்பில் உருகும் நெய்போல அழிந்து கரைந்து போக என்னுடல் ஓலம் எழுப்புகிறது. லில்லி அதைக் கேட்கமாட்டேன் என்கிறாள்" என்றார்.

"லில்லி, உங்களை வாழச் சொல்கிறார். அதை உணர்ந்து கொள்ளுங்கள்" என்றேன்.

"அதிலென்ன சந்தேகம் சார்ள்ஸ். நானும் அதைத்தான் சொல்கிறேன். அவள் என்னைச் சாகவிட்டால், நிம்மதியாக வாழ்ந்து விடுவேன்" என்ற பிரான்ஸெஸ்கோ முடங்கிய தன்னுடைய கால்களை சக்கர நாற்காலியிலிருந்து அசைக்க முயன்றார். இயலாது போன கனவின் பாதாளத்துள் அலறும் ஒரு குரலோடு சொன்னார் "என்னுடைய கால்களை விட்டுவிடு லில்லி" மரத்திலிருந்து சருகுகள் உதிர்ந்து கொண்டிருந்தன.

வன ராணி

மெல்பேர்னிலிருந்து சிட்னிக்குப் பயணமாகும் வழியிலுள்ள இலவாரா வனப்பகுதியில் காட்டுத்தீ என்னைச் சூழ்ந்துகொண்டது.

நியூ சவுத் வேல்ஸ் மாநிலத்தின் தென் கிழக்குக் கரையோர மாகவுள்ள இலவாரா கிராமத்தையொட்டிய பெருங்காட்டினை ஊடறுத்துச் செல்லும் தார் பாதையின் இருமருங்கிலும், தடித்த மரங்களும் பற்றை நிலங்களும் நிறைந்து கிடந்தாலும், அந்தப் பிரதேசத்தை வழக்கமாக, வேகமாகக் கடந்து சென்றுவிடுவதால், காட்டின் செறிவை அருகில் அறிந்ததில்லை.

நெடுமரங்கள் சூழ்ந்த இக்காட்டின் தெற்கே பல அரிய பறவைகளின் சரணாலயம் ஒன்றுள்ளது. மத்தியிலுள்ள சிறுகுன்றுகளின் மீது பாயும் அழகிய அருவி, தேசியப் பூங்காவில் அருவியாகச் சரணடைவதை, கோடைகாலச் சுற்றுலாப்பிரியர்கள் நெடுந்தூரம் பயணம் செய்துவந்து கண்டு களிப்பர்.

நான் காரை ஓரமாக நிறுத்தி இறங்கினேன்.

முன்னும் பின்னும் கண்ணுக்கெட்டிய தூரம்வரை எந்த வாகனங்களையும் காணவில்லை. வழக்கமாகவே சன நடமாட்டமற்ற வனாந்தரம் அது. தெருவின் குறுக்காக விழுந்த தடித்த மரமொன்றை, தீயின் நெடிய கொழுந்துகள் பெருஞ் சினத்தோடு தின்றுகொண்டிருந்தன.

பேரலைகளையும் பெருவெள்ளத்தையும் கோரமான புயலையும் முன்பெல்லாம் கண்ட நான், பெருந்தீயின் சீற்றத்தை அன்றுதான் நேரில் பார்த்தேன். மூசி எரிந்த தீயின் கொழுத்த சுவாலைகளில் எந்தப் பரிவையும் காணவில்லை. நீண்டெரிந்த அதன் நாக்கின் பசி தீராமல் சிறு மரங்களையும் நெடிய பற்றைகளையும் வாரிச்சுவைத்தது.

இருள் கவிழும் முன்னர் சிட்னியைச் சென்றடைவதற்காக இயன்றளவு காலையிலேயே புறப்பட்டு வேகமாக வந்திருந்தேன். இப்பிரதேசத்தில் காட்டுத்தீ குறித்த எச்சரிக்கைகளை வரும்போதே

காரில் - வானொலியில் கேட்டிருந்தேன். ஆனால், வனத்தீ இவ்வளவு வேகமாக என்னைச் சுற்றிவளைக்கும் என்று எதிர்பார்க்கவில்லை.

எனக்கு பின்னால், படர்தெழுந்த பெருஞ்சுவாலைகள் நெடுஞ்சாலையை முற்றிலுமாக மூடி. மரங்களின் உயரத்துக்கு மேல் எரிந்தன. பெருவெக்கையோடு புகையும் சூழத் தொடங்கியது. வெடித்துப் பறந்த தூசுகள் என் மீது வந்து விழுந்தன. தரையோடு வந்து தாவித் தின்பதற்கு ஊர்ந்துவரும் பசியேறிய புலிபோல, வனத் தீ என்னை நோக்கி வருவதை உணரந்தேன்.

காரை எங்கும் நர்த்தமுடியாது. அருகிலுள்ள கம்பிவேலியைக் கடந்து, எரிவதற்குக் காத்திருந்த பரிதாபமான சிறுகாட்டின் வழியாக ஓடத்தொடங்கினேன். எதிர்ப்பட்ட மரக்கிளைகளை இரு கைகளாலும் ஒதுக்கியபடி ஓடினேன். பற்றைகள் காலைக் கிழித்தன. அடுத்த கணம் கருகப்போவது தெரியாமல், அன்றலர்ந்த காட்டு மலர்கள். என்மீது மோதின. கன்னங்கள் கூசின. முதன்முதலாக அக்காடு மனித வாடையை நுகர்ந்திருக்கக்கூடும். காலடியில் சிறு பூச்சிகளோ எதுவோ சருகுகளுக்குள் ஓடி மறையும் ஓசை கேட்டது.

நெடுமரமொன்றின் அடியில் நின்று மூச்சிரைக்கத் திரும்பிப்பார்த்தேன். எனது கார் நின்ற இடத்தை புகை முற்றிலுமாக மூடியிருந்தது. காற்றை வேகமாகத் தின்று தின்று பெருந்தீ. பக்கவாட்டிலுள்ள காட்டின் மீதும் தாவத்தொடங்கியது.

பொக்கெட்டைத் தொட்டுப்பார்த்தபோது தொலைபேசியைக் காரில் விட்டுவந்தது புரிந்தது. ஆபத்து இருமடங்காகிவிட்டதை உணர்ந்தேன். அச்சம் கால்களில் இறங்கியது. ஓடிய திசையிலேயே ஓடி எதிர்ப்படும் குடிமனைகளுக்குள் உதவி கேட்கலாம் என்று திரும்பினேன்.

அதிர்ந்தேன்.

என்னளவு உயரத்தில் பழுப்புநிறக் கங்காரு ஒன்று, நான் ஓடவிருந்த பாதைக்குக் குறுக்காகக் குந்திக்கொண்டிருந்தது. அடிவயிற்றில் குளிர் மின்னல் வெட்டி அடங்கியது.

கங்காருவை இவ்வளவு அருகில் முன்னர் நான் கண்டதில்லை.

கண்களைச் சிமிட்டியது. அதன் கண்களைப் பார்ப்பதைத் தவிர, அக்கணத்தில் வேறு தெரிவிருக்கவில்லை. அதுவும் என்னையே பரிவோடு பார்ப்பதுபோலிருந்தது. பக்கவாட்டில் தலையைச் சரித்து காட்டை நோட்டம் விட்டது. அப்போதுதான்,

அதன் பின்னால் பத்து இருபது கங்காருங்கள் கூட்டமாக நின்றிருப்பதைக் கண்டேன்.

இடுப்பிலிருந்து கீழே பருத்த சரீரத்தில் இரண்டு நெடிய கால்கள் புதைந்திருந்தன. மறு கால்கள் இரண்டையும் தனது நெஞ்சோடு அணைத்திருந்தது. அவை அவற்றின் கைகள் போலவே எனக்குப்பட்டன. சரிகையணிந்த பல்லக்கிற்கு வால் முளைத்ததுபோலிருந்து. வெளித்தள்ளிய நீண்ட இரு செவிகளும் ஆபத்தற்ற காட்டு விலங்கென்ற நேசமானதொரு உணர்வைத் தந்தன.

எனக்குப் பின்னால் விரட்டிவரும் காட்டுத்தீயினால் வெடித்துச் சிதறும் மரங்களின் சத்தங்கள் அருகில் கேட்டன. கங்காருகளுக்கும் அது கேட்டிருக்கவேண்டும். அவை மெல்லத்திரும்பி துள்ளித் துள்ளி எனக்கு வழிவிட்டன. நான் வேறு வழியின்றி அவற்றின் ஊடே நடக்கத் தொடங்கினேன். ஓடுமளவுக்கு பாதையிருக்க வில்லை. முன்னால் போய்க்கொண்டிருக்கும் கங்காருக் கூட்டத்தினால், பாதை தெரியவுமில்லை. எனக்குப் பின்னால் ஐந்தாறு கங்காருகளும், அவற்றுக்குப் பின்னால் காட்டுத்தீயும் வந்துகொண்டிருந்தன. எனக்கு முன்னால், நான் பார்த்ததைவிட பெருந்திரளான கங்காருகள், காடுகளுக்குள்ளிருந்து கூடுதலாகச் சேர்ந்துகொண்டன.

இப்பகுதியை வனத்தீ சூழ்ந்துகொண்டதை கண்டறிந்து, தீயணைப்புத்துறையினர் வந்திருப்பார்களா? தீப்பிடித்த வனத்தின் மீது உலங்கு வானூர்தியில் வந்து நீர்த்தாரைகளை கவிழ்ப்பதுதான் வழக்கம். தீயில் அகப்பட்டவர்களை உலங்குவானூர்தியிருந்து கயிறு கட்டி மீட்டுச்சென்றதையெல்லாம் செய்தியில் பார்த்திருக்கிறேன்.

நெருப்பிடம் விட்டு வந்த காரை நினைக்கும்போதுதான் அச்சமும் பதற்றமும் அடிவயிற்றைப் பிசைந்தது.

திடீரென்று சிறுகுன்றொன்றின் மீது நான் நின்று கொண்டிருந்தேன். என்னைக் கூட்டமாக அழைத்துவந்த கங்காருகள் குன்றின் விளிம்பில் நின்று, தொலைவில் எரிந்தபடி கலைத்துவரும் பெருந்தீயை தங்கள் ஒவ்வொருவருக்கும் காண்பித்தன. துள்ளித் துள்ளி குன்றின் விளிம்புக்கு வந்த அத்தனை கங்காருகளும் தீயின் திருவிழாவை எட்டிப்பார்த்தன.

காட்டோடு இணைந்த பரந்த வெட்டவெளியில், பெருந் தொகையான கரிய பறவைகளும் பழுப்பு நிறப் பருந்துகளும் பறந்து திரிந்தன. வட்டமடித்தன. ஒன்றோடு ஒன்று மோதுவதைப்போல

சாகசங்கள் காட்டின. அவற்றை உற்றுப்பார்த்தபோது அதிர்ந்து போனேன். தீப்பிடித்த காடுகளிலிருந்து எரியும் தணல் தடிகளைத் அந்தப் பறவைகள் தங்கள் அலகுகளில் எடுத்துவந்து, தீ பரவாத வெளிகளில் எறிந்தன. பின்னர், மீண்டும் எரிகாட்டின் விளிம்பிற்குச் சென்று தணல் சுள்ளிகளை ஏந்தி வந்தன.

கங்காருகள் ஒவ்வொன்றாகக் குன்றிலிருந்து கீழே இறங்கின. நானும் அவற்றைத் தொடர்ந்தேன். எனக்கு முன்னும் பின்னுமாக பல நூற்றுக்கணக்கான கங்காருகள் இப்போது, அந்தத் தரவை வெளியில் இறங்கித் துள்ளி ஓடின. சுற்றிவரப் பார்த்தேன். குடிமனைகள் எங்கும் தெரியவில்லை. கலைத்துவரும் காட்டுத்தீ-யிலிருந்து எதிர்த்திசையில்தான் சென்றாகவேண்டும். கங்காருகள் பாய்ந்த திசையில் வேகமாக நடந்தேன். அவற்றின் வேகத்துக்கு ஈடுதரமுடியவில்லை. ஓடினேன். கங்காருகள்போல நானும் துள்ளுவதைப்போல உணர்ந்தேன். பாயும் பல்லக்காக.

எனக்கு அருகில் ஓடிவந்த பெண் கங்காருகளின் வயிற்றுப் பையில் சிறு கங்காருகள் தலையை மாத்திரம் வெளித்தள்ளி, தங்கள் தாயின் அருகில் வித்தியாசமாக ஓடிவரும் என்னை விசித்திரமாகப் பார்த்தன. எனக்கு மூச்சிரைத்தது.

சிறிது நேரத்தில், பழுப்பு நிறப் பருந்துகள் எரி-தடிகளை எறிந்த இடத்துக்கு வந்துசேர்ந்தோம். தடிகள் வீழ்ந்த இடங்களிலிருந்து, புற்றுகளிலிருந்து வெளியேறிய கொழுத்த எலிகளும் பாம்புகளும் நான் வாழ்வில் ஒருபோதும் கண்டிராத உருண்டைப் புழுக்களும் எங்களுக்கு தூரத்தில் பாதுகாப்பான இடங்களுக்கு ஓடிக்கொண்டிருந்தன. எமக்கு முன்னால் தணல் தடிகள் எறியப்பட்ட தடம் தெரிந்தது. அவற்றின் வழியாக கங்காருகள் மெல்ல மெல்லத் துள்ளி நகரத் தொடங்கின. எனக்குப் பாதங்கள் கூசின. ஓடிவந்த களைப்பில் இடுப்பெலும்பு ஒடிந்துவிட்டதுபோல வலி குடைந்தது. தூரத்து நெருப்பின் வெக்கை வெட்டவெளியில் மிதந்து வந்து முகத்தில் அறைந்தது,

அடிக்கடி அண்ணாந்து பார்த்தபடி நடக்கத் தொடங்கினேன். கங்காருகளும் என்னோடு ஊரத்தொடங்கின.

அடர்ந்த பசிய காட்டின் நுழைவாயிலை அடைந்தோம். கண்கள் குளிர்ந்தன. சருகுகளில் கங்காருங்கள் கூட்டமாகத் துள்ளிச் செல்லும் சத்தம், காட்டின் பேரமைதியில் இரைந்து கேட்டது. அச்சத்தோடு நானும் நுழைந்தேன். இன்னும் ஏன் குடிமனைகளும் தென்படவில்லை, மீட்புப் பணி உலங்கு

வானூர்திகளைக் காணவில்லை என்று வற்றாத பதற்றம் அடிவயிற்றில் புரையேறிக்கொண்டிருந்தது.

காட்டின் நடுவில் கண்ட நீள்வட்டச் சுனையொன்றைச் சூழநின்று எல்லாக் கங்காருகளும் நீர் அருந்தின. எனக்குத் தண்ணீரைக் கண்டவுடன், மகிழ்ச்சியில் கண்ணீரே வந்துவிட்டது. ஓடிச்சென்றேன். இரண்டொரு கங்காருகள் எனக்கு இடம்விட்டுத் தந்தன. வலியேறிய பாதங்களை தண்ணீரில் வைத்து இறங்கினேன். விரல்களில் ஏறிய குளிர்மை தலை வரை கிளைவிரித்துப் படர்ந்தது. அலை வளையம் விழுந்த நீரில் எனது வறண்ட முகம் தெரிந்தது. குந்தியிருந்து இரு கைகளாலும் பெருஞ்சுனையை அள்ளிப்பருகினேன். அத்தனை நரம்புகளிலும் அருவி பாய்ந்தது. விழித்துப் பார்த்தபோது எதிரில் வீற்றிருந்த மரங்களெல்லாம், கிளை தரித்த நீர்வீழ்ச்சிகளாய்த் தெரிந்தன. முகத்தை அடித்துக் கழுவினேன். சுனையைச் சூழ்ந்திருந்த கங்காருகள் தங்கள் கால் விரல் நகங்களை ஒன்றோடொன்று தட்டி, தங்களுக்குள் பேசின. ஆண் கங்காருகள் விசிலடித்து ஒலியெழுப்பின.

காட்டின் வழியாக உள்ளே நடக்கத் தொடங்கினோம்.

குடிவாழ்வுக்கு உபயோகமற்ற சரிவும் மேடுகளும் கரடுமுரடான குன்றுகளும் காட்டின் மத்தியில் பற்றையேறிப்போயிருந்தன. முன்பொரு காலத்தில் இக்காடுகளுக்குள் வாழ்ந்து சென்ற இடையர்கள் கட்டிய கல்வீடுகள் சிதைந்துகிடந்தன. முன்னால் சென்ற ஆண் கங்காருகள், வேகமாகத் துள்ளிச் சென்று அதில் ஏறி நின்று துரத்திவரும் காட்டுத்தீயின் கடைசி அடையாளங்களை நோட்டமிட்டன.

அங்கிருந்து சிறிது தூரம் நடந்த பின்னர் தடித்த மரமொன்றின் அடியில்தான் பாதி கருகிய அந்தக் கங்காருவைக் கண்டேன்.

அது என்னிலும் உயரமான செங் கங்காரு. கொழுத்த தசைகளினால் பருத்த அதன் தேகம், நிலத்தில் சாய்ந்து கிடந்தது. தப்பிக்க முடியாத கொடிய தீயில் அகப்பட்டு, அதன் உரோமங்கள் கருகி, உட்காயங்களினால் ஊன் கசிந்தது. வலியின் உச்சத்தினால் அதன் வாயிலிருந்து நீர் வடிந்துகொண்டிருந்தது.

என்னோடு வந்த அத்தனை கங்காருகளும், அதனைச் சூழ்ந்து நின்று எனது அருகாமையை எதிர்பார்த்தன. என் பாதங்கள் பயத்தில் விறைத்திருந்தன. ஊர்ந்து செல்லும் வேகத்தில் அருகில் போனேன்.

செங் கங்காருவின் கண்கள் வலியினால் சிவந்துகிடந்தன. அதன் நெஞ்சருகில் பெருந்தசை துடித்துக்கொண்டிருந்தது.

அருகில் சென்று அதன் தலையை என் மடியில் கிடத்தினேன். கருகிய அதன் உரோம வாசனை முதலில் குமட்டியது. அதன் தலையை வருடினேன். கண்கள் மேல் கிறங்கி அதன் தாடை விழுந்தது. மொத்த உடம்பிலும் பெருஞ்சூடு நுழைந்துகிடந்தது. உதறிய உடம்பு சற்று அடங்கியது. அதன் மூச்சு சீரானது.

கூட வந்த நூற்றுக்கணக்கான கங்காருகள் அருகிலிருந்து பற்றைகள், மரங்கள், சருகுகள் என்று எல்லாவற்றிற்குள்ளேயும் நுழைந்து புற்களைத் தேடித்தின்னும் சத்தம் கேட்டது. சிறுகூட்டமாய் காட்டுக்குள் தொலைதூரம் துள்ளிச்சென்று வந்த சில கங்காருகளிடம் பழங்களிருந்தன. மரத்தடியில் கொண்டுவந்து போட்டன. எட்டி ஒரு பழத்தை எடுத்தேன். நன்கு பழுத்திருந்த காட்டுத்தக்காளி. வெள்ளைக் கத்தரிக்காய் போலிருந்தது. மடியில் கிடந்த கங்காருவிற்கு வாயருகில் கொண்டு சென்றேன். தவிப்போடு கடித்துத் தின்றது. சிறிது நேரத்தில், தனது வாலை ஊன்றி என் மடியிலிருந்து எழுந்தது. அருகிலிருந்த மரத்தின் அடியில் புடைத்திருந்த வேரில் சாய்ந்துகொண்டது.

தாகத்தில் நானும் ஒரு பழத்தை எடுத்துத் தின்றேன். மரத்தில் சாய்ந்த செங் கங்காருவின் கண்களில் வலி சற்று வடிந்திருந்தது. வயிற்றோடு சேர்ந்த குட்டிகளைச் சுமக்கும் பையில் சருகுகள் ஒட்டியிருந்தன. கம்பீரம் அடங்காத அதன் சடைத்த உடம்பு, ஏனைய கங்காருகளைக் காட்டிலும் வித்தியாசமாகத் தெரிந்தது. அவள் நிச்சயம் ஒரு வன-ராணிதான். அவளது விழிகள் என்னை தீராப் பரிவோடு நோக்குவதை, நேசமானதொரு நெருக்கமாக உணர்ந்தேன்.

சுற்றியெரியும் பெரும் வனத்தீ. தொடர்புகளற்ற அடர்ந்த காடு. காயத்தோடு வலி சுமந்த அவள். இத்தேசத்தின் ஆதிப் பிராணியுடன் நான். சில மணி நேரங்களுக்கு முன்னர்வரைக்கும், என் வாழ்வின் ஒரு பகுதி இவ்வாறு சந்தி பிரியும் என்று - இன்றுவரை இந்நாட்டில் வதிவிட உரிமையை உவந்தளிக்காத - ஆஸ்திரேலிய அரசாங்கமே சொல்லியிருந்தால்கூட நம்பியிருக்க மாட்டேன்.

வெடித்தெரியும் காடுகளின் சத்தம் அருகருகாகக் கேட்டது.

பெண் கங்காருகள் மரங்களுக்கடியில் தங்கள் நீண்ட வாலை மடித்துக் குந்திக்கொண்டு, மடியிலிருந்த குட்டிகளின் தலையை

வருடிவிட்டன. சில கங்காருக் குட்டிகள் தாயின் பையிலிருந்து வெளியே துள்ளிவந்து, புற்களை முகர்ந்து பார்த்துவிட்டு, உள்ளே பாய்ந்தன.

மீண்டும் நடக்கத்தொடங்கினோம்.

வனராணியும் எங்களுடன் அசைந்து அசைந்து நடக்கத் தொடங்கினாள். அவள் எனது அருகாமையை ஒவ்வொரு அடியிலும் எதிர்பார்த்தாள். அவளின் தடங்கள் நான் மெதுவாக நடப்பதற்குத் துணையாயின. அவளது கண்களில் வலி கண்ட கணங்களிலெல்லாம், எனது கைகளை நீட்டினேன். அவள் தனது ஒற்றைக் காலை என்னிடம் தந்தபடி நடந்தாள். துள்ளியெழவும் முயன்று தேறினாள். அவள் கண்களில் உற்சாகத்தின் ஒளி தெரிந்தது.

ஏதாவதொரு பெருஞ்சாலை எட்டினால், அவ்வழியால் வரும் வாகனத்துக்காகக் காத்திருக்கலாம். காட்டுக்குள் இப்படியே எவ்வளவு தூரம் நடப்பது? எங்கே நடப்பது? மாலை கவியத்தொடங்கியது. பகல் முழுவதும் நாசியை அடைத்துக்கொண்டிருந்த, காடு கருகிய நெடி சற்றுத் தணிந்தது. வெக்கை அடர்ந்த காற்று உடலெங்கும் பிசுபிசுத்துக்கொண்டிருந்தது. ஆறு, குளம் தென்பட்டால், உள்ளிறங்கி உறங்கிவிடலாமென்றிருந்தது. பல மணி நேர நடையின் பிறகு, எதிர்ப்பட்ட பெருஞ்சுனையில் கங்காருகளுடன் இறங்கி நீராடினேன்.

இருள் மிகக் கனமானதொரு அச்சத்தைக் கொண்டுவந்தது. இந்த இருட்டை வெட்டவெளியில் எதிர்கொண்டிருக்கலாம். ஆனால், இக்காட்டுக்குள் எப்படிச் சமாளிக்கப்போகிறேன்? ஒவ்வொரு நரம்பிலும் பீதி படரத் தொடங்கியது.

எதிர்ப்பட்ட தடித்த மரமொன்றின் அடியில் அடைக்கலமானேன். என்னைச் சூழக் கங்காருங்கள் சருகுகளின் மீது உடல் சரித்துக்கொண்டன. நீராடிய வனராணியின் காயங்கள் நன்கு காய்ந்துபோனது தெரிந்தது. நான் சாய்ந்த மரத்தின் மறு பக்கத்தில் பெருங்களைப்புடன் தானும் சாய்ந்துகொண்டாள்.

முன்னிரவு தாண்டியும் உறக்கம் வரவில்லை. இவ்வளவுக்கு என்னைத் தேடத் தொடங்கியிருப்பார்கள். பொலீஸார் எனது காரை மீட்டிருப்பார்கள். தீ தின்று அரைவாசியாவது எஞ்சி யிருக்குமா? எனது அத்தனை தொடர்பிலக்கங்களும் அடங்கிய தொலைபேசி. அனைத்தையும் எண்ணி எண்ணித் தின்று

தீர்த்திருக்கும் அந்த நெருப்பு. கடைசியாகக் கண்ட சுவாலைகளின் உஷ்ணம் இன்னமும் எனது கண்களுக்குள்ளேயே நடனமாடியது.

அண்ணாந்து படுத்தேன். சிறுதுளி ஒளியில் வானம் மங்கலாய்த் தெரிந்தது. கரிய கோட்டுச் சித்திரங்கள்போல மரக்கிளைகள் குறுக்காக அசைந்தன.. காடுமிழ்ந்த புகை இலவாரா வான் முழுக்க அடர்ந்துபோயிருந்தது. தூரத்துக் காடுகள் எரிந்து அடங்கியிருக்குமா? இரவோடிரவாகப் பெருந்தீ பதுங்கிப் பதுங்கி எம்மை நோக்கி வந்துவிடாதா? எதுவும் புரியவில்லை.

சருகுகளின் சிறிய அரவத்துக்கும் கங்காருகள் கண் விழித்து, தலையை உயர்த்திப் பார்த்தன. தங்கள் கூர்மையான செவிகளை மடிப்பதும் விரிப்பதும் இரவின் அமைதியில் தெளிவாகக் கேட்டது. நடுநிசி தாண்டியும் தூக்கம் வரவில்லை. எழுந்திருந்தேன். பலநூறு சோடிக் கண்கள் என்னை நோக்கிப் பார்த்தன. மீண்டும் சரிந்தேன். தொடர் நடையின் களைப்பும் பசியும் நீள் துயிலில் பூரணமாய் சாய்த்துவிட்டது. வன-ராணியின் தூக்க ஓசை தாலாட்டுவதுபோலிருந்தது.

விடிந்தது.

மக்பைகள் அடித்தொண்டையிலிருந்து குறுகுறுக்கும் சத்தங்களாலும் கொக்கபரா பறவைகளின் கொக்கரிக்கும் ஒலிகளாலும் காடதிரத் திடுக்குற்று எழுந்தேன்.

சுற்றிவர அதே கங்காருக் கூட்டம். தங்கள் மடியைக் குடைவதும் தலையைத் தரையில் போட்டுப் புரட்டுவதுமாக, எனக்காகக் காத்திருந்தவேளையில் தங்களை ஆயத்தப்படுத்தியவண்ணமிருந்தன. கழுத்தில் ஆழமான வெட்டுக்காயமொன்றுடன், என்னை முதன் முதலாகப் பார்த்த அதே கங்காருவும் வனராணியும் என் முன்னால் உற்சாகமாய் குந்தியிருந்தன. அவற்றின் கண்களில் என்னை அழைத்துச் செல்வதற்கான ஒளி தெரிந்தது.

முந்தைய நாளை நினைத்தேன். பெரும் அதிசயமாயிருந்தது. நான் பேசி எத்தனை மணிநேரமாகிவிட்டது. நான் பாதுகாப்பாக இருந்தேன். பயமின்றி நடந்தேன். பசியின்றி நிறைவடைந்தேன். இவ்வளவுக்கும் கடந்த அத்தனை மணி நேரத்திலும் எனக்கு மொழி தேவைப்படவேயில்லை. எனக்கே ஆச்சரியமாயிருந்தது.

கங்காருகளின் அருகாமை எனக்குள் ஒரு வழமையான உணர்வைத் தந்தது.

வனராணியைப் பார்த்து "என்ன.... போவமா" என்றேன்.

அவள் ஏனைய கங்காருகளைப் பார்த்துவிட்டு, திரும்பவும் என்னைப் பார்த்தாள். பல்லாயிரம் ஆண்டுகள் இத்தேசத்தில் வாழ்ந்தாலும், அவைதான் அந்தக் கங்காருகள் கேட்ட முதல் தமிழ் வார்த்தைகளாக இருக்கலாம்.

வனராணி என்னைப் பார்த்தாள். நான் புன்னகைத்தேன்.

நான் எழுந்து சில அடிகள் நடக்கத் தொடங்கியதும் கங்காருகள் பயணத்தை ஆரம்பித்தன. இரவின் கனம் வடிந்துவிட்டிருந்தது. காட்டுத்தீயின் வெக்கையும் அடங்கிவிட்டது. பறவைகளின் சத்தம் காடு முழுவதும் மீண்டும் குதூகலமாகக் கேட்டது. புதிய விலங்கொன்றின் நடமாட்டத்தை ஒலிபரப்புவதில் அத்தனை பறவைகளும் பரவசமாயிருந்தன. பல பறவைக் கூட்டங்கள் என்னைத் தேடி வந்து தலைக்குமேல் பறந்துவிட்டுப்போயின.

இரண்டு மணி நேர நடைக்குப் பிறகு, காட்டை ஊடறுத்த பெருவெளிச்சம் விழுந்தது. அதன்வழி வேகமாகத் துள்ளியோடிய வனராணியுடன் ஓடத்தொடங்கினேன். கங்காருகளுக்கு அது உற்சாகமாயிருந்தது.

கனமரங்கள் அண்டிய பெருவெளியோடு நீண்ட தார்ப்பாதை தெரிந்தது. அது நான் இதுவரையில் கண்டிராத புதிய வளைவோடு இருவழிப் பாதையாக இருந்தது. பெருவீதியைப் பார்த்தவாறு வெளியை வேகமாகக் கடந்தேன். தெருவோரத்தை அடைந்ததும், எனது பயணம் கிட்டத்தட்ட நிறைவுக்கு வந்துவிட்டதாக உணர்ந்தேன். உடலெங்கும் ஒட்டியிருந்த சருகுகளையும் தூசியையும் தட்டினேன்.

இந்தத் தார்ப்பாதை வழியாக நடந்தால் நிச்சயம் எவரை யாவது சந்திக்கலாம் என்ற நம்பிக்கை துளிர்த்தது. வனராணியுடன் நூற்றுக்கணக்கான கங்காருகள் தெருவின் இருமருங்கிலும் காத்திருந்தன. என்னை வழியனுப்பும் நேரம் வந்துவிட்டதை அவையும் உணர்ந்திருக்கவேண்டும்.

வெயில் சுடர்விடத் தொடங்கியது. அவ்வெளியில் மீண்டும் வெக்கை சூழ்ந்தது. எனக்குத் தாகமெடுத்தது. தெருவோர மர நிழலில் குந்தினேன். கங்காருகள் பக்கத்துக்குக் காட்டுப் புற்களில் சரிந்திருந்து என்னையே பார்த்தவண்ணமிருந்தன. வன-ராணி என்னருகில் குந்தியிருந்தாள். அவளது கண்களில் முன்னர் கண்ட காயத்தின் துயரம் மீண்டும் படர்ந்தது.

மதியம் தாண்டிய பிறகு, தொலைவில் ஒரு சிவப்பு நிற வாகனம் வருவது தெரிந்தது. ஓடிச்சென்று தெரு மத்தியில்

நின்றுகொண்டேன். காங்காருகள் அனைத்தும் வீதியின் ஓரத்துக்கு வந்தன. என்னையும் வாகனத்தையும் மாறி மாறிப் பார்த்தன. வாகனத்தை நிறுத்தும்படி, இரண்டு கைகளையும் விரிந்து, மேலும் கீழுமாக அசைத்தேன். வனராணி அசைந்து வந்து என்னருகிலேயே நின்றுகொண்டாள். வாகனம் ஓரம் வந்தது. அதிலிருந்து வயதான தடித்த வயோதிபர் ஒருவர் இறங்கினார். நடந்ததைச் சொல்லி, அவரோடு வாகனத்தில் ஏறினேன். வாகனம் என்னைச் சுமந்தபடி புறப்பட்டது.

வனராணி எங்கள் வாகனத்திற்கு அருகில் ஓடிவந்தாள். கண்ணாடி வழியாக எட்டிப் பார்த்தேன்.

உடல் கடுக்கும் வலியோடு அவள் ஓடிவந்த வேகத்தை, அவளை மடியில் தாங்கிய என் கைகள் முழுவதுமாய் உணர்ந்தன. பிரிவின் ஏக்கம் இதயத்தில் பெரும்பாரமாய் இறங்கியது. வாகனம் வேகமெடுத்தது. கண்ணீரோடு பிரிந்த வனராணியின் உருவம், தூரத்தில் புள்ளியாய் தெரிந்து மறைந்தது.

(2)

பெருவனத்தீ அனர்த்தம் இடம்பெற்று இரண்டு வருடங்களின் பின்னரான ஒரு காலை வேளை, ரயிலில் வேலைக்குச் சென்று கொண்டிருந்தேன். அன்றைய பத்திரிகையைப் புரட்டியபோது ஐந்தாவது பக்கச் செய்தி இப்படியிருந்தது.

"விக்டோரிய - நியூ சவுத் வேல்ஸ் மாநில எல்லையில் கங்காருகளின் தொல்லை அதிகரித்திருப்பதாலும் ஆஸ்திரேலியாவின் ஒட்டுமொத்த கங்காருகளின் பெருக்கம் எதிர்பார்த்ததை விட கூடியிருப்பதாலும் நேற்றிரவு இலவாரா காட்டுப் பகுதியில் இருபதாயிரம் கங்காருகள் கொலை செய்யப்பட்டன"

என் விரல்கள் விறைத்தன. பத்திரிகையை மூடினேன். அப்பெருங்காட்டை நோக்கி இப்பொழுதே ரயிலில் இருந்து இறங்கி ஓடவேண்டும்போலிருந்தது. விழிகள் கண்ணீரில் பாரமாயின.

வனராணி என் முன்னால் வந்து தலை சரித்துப் பார்த்தாள். இரு கைகளாலும் முகத்தை மூடினேன். எனக்கு முன்னாலிருந்த சீனப்பெண்மணி "ஆர் யூ ஓகே" - என்றாள்.

"நோ…" - என்றேன்.

நான் நானாக இல்லை என்பதை அவளுக்கு மாத்திரமல்ல. இந்த உலகில் எவருக்குமே எப்படியுரைப்பது என்று புரியாமல்

நடுங்கினேன். பத்திரிகையை அவளிடம் நீட்டினேன். ஐந்தாம் பக்கச் செய்தியை எனது நடுங்கும் விரல்களால் சுட்டிக்காட்டினேன். என் குரலில் ஓசையில்லை.

அவளருகிலிருந்த ஆஸ்திரேலியப் பெண்மணி, பத்திரிகையை எட்டிப்பார்த்தாள். உடைந்தழுத என் முகத்தைப் பாராமலேயே எனக்கு முன்னாலிருந்தவளிடம் "ஆஸ்திரேலியாவில் கங்காருகளின் எண்ணிக்கை வகைதொகையின்றிப் பெருகி, பொதுமக்களுக்கு பேரிடரைத் தருகிறது. அதனால், அரசாங்கம் ஆண்டுதோறும் முப்பது லட்சம் கங்காருகளைக் களையெடுக்கிறது. இதுவொன்றும் புதிய விடயமல்ல"

மிகச்சாதாரணமாகச் சொல்லிமுடித்தவளின் பதிலால் என் முன்னாலிருந்த சீனப்பெண் குழம்பிப்போனாள்.

"முப்பது லட்சம்......"

ஆச்சரியத்தில் அவள் கன்னத்திலிருந்த கண்ணாடி ஏறி இறங்கியது.

"ஆம்... சில ஆண்டுகளில் அதற்குக் கூடுதலாகவும்..."

"ஆனால், கங்காரு ஆஸ்திரேலியாவின் தேசிய விலங்கில்லையா? தேசிய விலங்கை அரசாங்கமே கொலை செய்வது அநியாயம் இல்லையா..."

சீனப்பெண்ணின் ஆச்சரியம் தீரவில்லை. பெரும் அநீதியொன்றை நம்பமுடியாதவளாகக் கேள்விகளைத் தொடர்ந்தாள்.

சீனப்பெண்ணின் அறியாமையை எண்ணித் தான் கவலை கொள்வதுபோல ஒரு களைத்த புன்னகையை உதிர்த்தாள் அந்த ஆஸ்திரேலியப் பெண்.

"சகோதரி, நாகரிம் வளராத ஆதிகாலத்தில் ஆஸ்திரேலியாவில் பல கோடி கங்காருகளிருந்தன. அவற்றின் எண்ணிக்கை இந்தக் கண்டமெங்கும் பல மடங்குகளாயின. ஆனால், இப்போது இரண்டரைக்கோடி மக்கள் வாழும் இந்த நாட்டில் ஐம்பதுகோடி கங்காருகள் வசிக்கின்றன. நம்பமுடியுதா உன்னால்? இந்தக் கட்டாக்காலி கங்காருகள் உன் பண்ணைகளிலும் வாழிடங்களிலும் வந்து தொந்தரவு செய்தால், அவற்றை எப்படிக் கலைப்பாய்..."

சீனப்பெண் குறுக்கிட்டாள்.

"புரிகிறது... ஆனால், தேசிய விலங்கு என்று இந்த நாடு ஒரு விலங்கினை மதிப்பளித்துக்கொண்டு, மறுபக்கத்தில் லட்சக்கணக்கில்

அதனைக் கொலை செய்வது, புரிந்துகொள்ளவேமுடியாத துயரான புதிராயுள்ளதே... இருநூற்றைம்பது ஆண்டுகளுக்கு முன்னர், இந்த நாட்டில் கப்டன் குக் வந்து இறங்கியபோது, அவரைக் கங்காருகள்தான் முதலில் சென்று வரவேற்றதாக வரலாற்றில் கங்காருவுக்கு எவ்வளவு பெருமைகளையெல்லாம் எழுதி வைத்திருக்கிறார்கள்... இது என்ன பித்தலாட்டம்!"

அவள் சலித்தாள்.

"அரசாங்கம் வெளிநாட்டு விலங்குகளைக் கொல்லவில்லையே, உள்நாட்டு விலங்குகளைத்தானே கொலை செய்கிறது..."

அழுத்தமான குரலில் கூறிவிட்டு, தானிறங்கவேண்டிய தரிப்பு வந்துவிட்டது என்றபடி, அந்த ஆஸ்திரேலியப் பெண் எழுந்து சென்றாள்.

ஆச்சரியத்துடன் அவளைப் பார்த்துக்கொண்டிருந்த சீனப் பெண்ணிடம் பத்திரிகையை வாங்கினேன். ஐந்தாம் பக்கத்தைப் பிரித்தேன்.

சுட்டுக்கொல்லப்பட்ட கங்காருகளை நீண்ட கறுத்த லொறியின் பின்னால், கம்பியொன்றில் வரிசையாகக் கொழுவி-யிருந்த வனத்துறையினர், அவற்றிற்குப் பக்கத்தில் நின்று எடுத்துக்கொண்ட படமும் பெரிதாகப் பிரசுரமாயிருந்தது. கழுத்தில் இழுத்துக்கொழுவிய கம்பிகளில் அத்தனை கங்காருகளினதும் விழிபிதுங்கிய சடலங்கள், சூட்டுக்காயங்களுடன் கறுத்துப்போ-யிருந்தன. அந்த வரிசையில் வனராணியை என் விழிகள் தேடின.

ஜூடோ

அமெரிக்காவின் அரிசோனா சிறை வளாகத்தில் கைதிகளுக்கான கிறிஸ்மஸ் நிகழ்வுகள் ஏற்பாடாயிருந்தன. அன்றைய தினம்தான் போதைப்பொருள் கடத்தலில் சம்பந்தப்பட்ட ஈழத்தமிழ் கைதியான ரொக்ஸி சிறைக்குக் கொண்டுவரப்பட்டான். அதிகாரிகளின் கட்டளைப்படி கிறிஸ்மஸ் உணவுக்கான வரிசையில் நின்றான். பல வகையான உணவுகள் பரிமாறப்பட்ட மேசைக்கு அருகில் சென்றபோது, ரொக்ஸிக்கு முன்னால் சென்றவன் கடதாசித் தட்டை எடுத்து கொடுத்தான். வறுத்த சோற்றையும் அதற்கு மேல் வார்க்கப்பட்ட குழம்பையும் எடுத்துக்கொண்டு, அவன் பின்னாலேயே ரொக்ஸியும் நடந்தான். வேறு கைதிகள் இல்லாத இடத்தில் இருவரும் குந்தினார்கள். பாதி வறண்ட விழிகள், பள்ளத்தில் வற்றிப்போன கன்னங்கள், தடித்த உதடுகள். தனது பெயர் ஜூடோ என்று கூறினான். ரொக்ஸி அவனிடம் கேட்டான்.

“உன்னுடைய வழக்கு என்ன, எத்தனை வருஷ தண்டனை?” ஜூடோவின் முகம் அமைதியாயிற்று. ரொக்ஸியின் கேள்வியால் அவன் சினமடையவில்லை. மாறாக இத்தனை வருடங்களில் சக கைதியொருவனின் நெருக்கத்தை மனதளவில் உணர்ந்தான். குற்றங்களுக்கு அப்பால் அவர்களைப் பிணைக்கும் ஒரு நேசமிருப்பதாய்த் தெரிந்தது.

“என்னைச் சொல்வதற்கு உனக்கு விதிக்கப்பட்ட ஏழு வருடங்களே போதாது” என்று புன்னகைத்த ஜூடோ கதையைச் சொல்லத் தொடங்கினான்.

(2)

ஆஸ்திரேலியாவை ஐரோப்பிய ஆக்கிரமிப்பாளர்கள் துண்டு துண்டாகத் தின்றுகொண்டிருந்த காலம். வடமுனையிலுள்ள கரமில பெருநகரம் முடிந்தளவு எதிர்த்து போரிட்டபோதும், ஈற்றில் ஆக்கிரமிப்பாளர்களிடம் வீழ்ந்தது. கரமில நகரின்

தொல்குடிகள் அனைவரும் முழுநிலா இரவன்று ஒதுக்குப்புறக் கிராமத்திற்கு வேட்டை நாய்களின் உதவியுடன் அழைத்துச் செல்லப்பட்டனர். கற்றைகளாக வெட்டி எரிக்கப்பட்ட வலபிப் புற்களைச் சுற்றி துப்பாக்கி முனையில் நிறுத்தப்பட்டனர்.

லோகன் என்ற பெருங்காட்டின் வழிகாட்டி, தனது மனைவி பாபராவுடனும் ஒரு வயது மகனோடும் அச்சத்தில் தன் செவ்விழிகளை உருட்டியபடி கூட்டத்தில் நடுவி-லிருந்தான். ஊற்றுப்பாளையில் செய்த குடுவையில் எடுத்து வந்த தண்ணீரை, பாபரா களைத்திருந்த மகனுக்குப் பருக்கிவிட்டாள். தீ ஒளியில் தெரிந்தன முகங்கள். தொல்குடிகள் அச்சத்தில் தங்கள் குல மிம்மி தெய்வத்தை தடித்த உதடுகளால் உச்சரிப்பது ஆக்கிரமிப்பாளர்களுக்குக் கேட்டது.

இருளிலும் வெள்ளை நாகம்போலத் தெரிந்த உயரமான ஒருவன் நீண்ட கடதாசியுடன் எல்லோருக்கும் முன் வந்து நின்றான்.

'கலப்படமற்ற குருதி பாயும் கரியவர்களே! இந்த இருட்டில் உங்களை இனம் காண்பதே பேரிடராயுள்ளது. அதிகம் பேசுவதற்கு ஒன்றுமில்லை. சுருக்கமாகச் சொல்லிவிடுகிறேன். இந்த விலங்கு நிலத்தைச் சுத்திகரிப்பதற்கும் உங்கள் வருங்காலத் தலைமுறையை எங்களைப் போல உருவாக்குவதற்கும் இங்கு நாம் வந்திருப்பதை நீங்கள் பூரணமாய் அறிவீர்கள். காடுறை வாழ்வும் கரியதோலும் கொண்ட உங்களின் மீது ஒட்டியுள்ள அழுக்குகள் இனியாவது ஒழியவேண்டும். அவை உங்கள் அடுத்த தலைமுறைகளுக்கு வேண்டாம். இந்தத் திருமுழக்கத்தை உங்களின் முன்னால் கூறி, இறை சத்தியமான எங்களது காரியத்தை ஆரம்பிக்கிறோம். உங்கள் குழந்தைகளை நிரந்தரமாய் எங்கள் பொறுப்பில் எடுத்துக்கொள்கிறோம். அவர்கள் இனி எங்கள் பண்ணைகளில் பணிபுரியட்டும். மானிடம் போற்றும் வெண்சரும மேனியர்களாக வளரட்டும்" என்று படித்து முடித்தான்.

வாகனங்களிலிருந்து இறங்கிய சீருடைக்காரர்கள் கூட்டத்துக்குள் நுழைந்து, எல்லோருடைய குழந்தைகளையும் வேக வேகமாக இழுத்துப் பறித்தனர். தொலைவில் நின்றுகொண்டிருந்த பச்சைப் படங்கு போர்த்திய நீண்ட வாகனத்துக்குள் கொண்டு சென்றனர். தாய்மார் பாய்ந்து தடுத்தபோது, உதைத்து வீழ்த்தப் பட்டார்கள். ஆண்கள் சிலர் ஆவேசத்துடன் தங்களது குழந்தைகளைப் பறிக்க முற்பட்டபோது, துப்பாக்கிப் பிடிகளால் தரையில் சரிக்கப்பட்டார்கள். சிலர் ஓடிச்சென்று எரிதணலை எடுத்து வீசி, ஆக்கிரமிப்பாளர்களைத் தாக்கினார்கள்.

குழந்தையை இறுகப்பற்றியபடி தரையோடு படிந்திருந்த பாபராவை இழுத்துக்கொண்டு காட்டுக்குள் பாய்ந்த லோகன், இருள் காட்டிய திசையில் பறந்தான். பல மாதங்களாகக் காடுகளில் பதுங்கி அலைந்து நெடும்பயணத்தைத் தின்று செமித்தனர். நியூ சவுத் வேல்ஸ் மாநில கிஞ்சலா நதிப்பக்கமாக வந்து சேர்ந்தபோது, மூவரும் உருமாறிப்போயிருந்தனர். லோகன் குடும்பத்திற்கு சுஸானா என்ற வெள்ளைப் பெண்ணொருத்தி தஞ்சமளித்தாள்.

(3)

சுஸானா இங்கிலாந்திலிருந்து பொலீஸ் உத்தியோகத்திற்காக கணவரோடு ஆஸ்திரேலியா வந்தவள். வேட்டையில் மிகுந்த ஆர்வமுடைய சுஸானா, கங்காருகளைத் தேடிக் காட்டுக்குள் சென்றபோது, அவளது கணவர் சர்ப்பம் தீண்டி இறந்துபோனான். சுஸானா கிஞ்சலா பகுதியில் தனியாக வசித்தாள். தன் வீட்டுப்பக்கமாக ஒதுங்கிய லோகன் குடும்பத்தினை சுஸானா பிரியத்துடன் அணைத்தாள். லோகன் - பாபரா தம்பதிகளின் மகனுக்கு சுஸானா தானே பெயரைச் சூட்டினாள்.

பாபராவின் முதுகில் குழந்தையை இறுக்கமான துணியில் கட்டியபடி, பகல் நேரத்தில் மூவரும் காட்டுக்குள் நெடும்பயணம் போய் வந்தார்கள். லோகனும் பாபராவும் காண்பித்த ஆழ்வனத்தின் அதரங்கள் சுஸானாவுக்குள் பல உலகங்களாய் விரிந்தன. மனிதர்களைவிட மரங்களை அதிகம் தெரிந்திருந்த லோகனின் கால் தடங்களைப் பற்றியபடி வேட்டைத்துப்பாக்கியோடு அலைந்தாள் சுஸானா. குட்டிப்பையன் முதல் தடவையாக காட்டுக்குள்தான் நடை பயின்றான். பாபரா அவன் விரல்களைப் பற்றியபடி -

"ஒரு நத்தை இரண்டு நத்தை
இரண்டும் ஒன்றையொன்று பார்த்தன.
ஒரு நத்தை இரண்டு நத்தை
இரண்டும் நடை போயின
ஒரு நத்தை இரண்டு நத்தை
இரண்டும் கொஞ்சம் பேசின
ஒரு நத்தை இரண்டு நத்தை
எங்கள் வீடு ஒன்றே என்றன"

குழந்தைக் குரலில் பாடுவாள்.

சிறு கணங்களையும் மகிழ்வோடு கொண்டாடும் அவர்களைப் பார்த்து சுஸானா பரவசமடைந்தாள். இருண்ட வனத்தின்

ஆழத்தில் எதிர்ப்படும் குளிர் சுனைகளில் நீராடினாள். இயற்கையோடு குழந்தையை வளர்ப்பதில் சுஸானாவும் அதிக பிரியம் கொண்டாள்.

கிஞ்சலாக் காடுகளுக்குள் திரிந்த புதியவர்களின் சத்தம், காடுகளைத் தாண்டிப் பல காதுகளை எட்டியது. பூர்வகுடிப் பெற்றோர்களிடம் குழந்தைகளைப் பறிக்கின்ற துப்பாக்கிகள் கிஞ் சலா பகுதியை வந்தடைந்தன. விடிகாலைப் பொழுதொன்றில் வேட்டைக்குப் போவதற்கு முன் சுஸானாவின் வீட்டை இராணுவ வாகனங்கள் சூழ்ந்துகொண்டன.

பேரச்சத்தின் கருகிய வாசனை வீட்டுக்குள் எட்டியது. லோகனும் பாபராவும் மகனைத் தூக்கிக்கொண்டு பின் வளவினால் பாய்ந்தார்கள். மூன்று நான்கு வேட்டொலிகள் அதிகாலையை உலுப்பின. லோகனும் பாபராவும் முறிந்து விழுந்தார்கள். மகன் எழுந்து நின்று வானத்தைப் பார்த்தான். பின்னர், தரையில் விழுந்துகிடந்த தாயைப் பார்த்தான். அவன் பார்த்த முதல் குருதி.

பின் கதவைத் திறந்து ஓடிவந்த சுஸானா சடலங்களுக்கு நடுவில் விழுந்து குழறினாள். இருளின் பாதைகளையெல்லாம் மின்னலாக ஓடிக்கடந்த லோகன், வெளிச்சத்தின் பொறியில் சிக்கிச் சாய்ந்துகிடந்ததைக் கண்டு கதறியழுதாள். திறந்திருந்த அவன் கண்கள் பாபராவைப் பார்த்தபடியிருந்தன. சப்பாத்தொலிகள் சூழ்ந்தன. ஒருவன் எஞ்சியிருந்த சிறுவனைத் தூக்கினான். அவனோ பிடியிலிருந்து திமிறி அலறினான். சினத்தோடு எழுந்த சுஸானா துப்பாக்கியோடு நின்றுகொண்டிருந்தவர்களின் நெஞ்சில் ஓங்கி அறைந்தாள்.

“நானும் ஒரு வெள்ளைக்காரிதானே, என்னிடம் அந்தச் சிறுவனை தாருங்களேன்”

“இவர்களுக்கு நாங்களே பயிற்சி கொடுக்கவேண்டியுள்ளது சுஸானா. உன் கணவரைப்போல நாங்களும் அரசு உத்தரவுகளைத் தான் நிறைவேற்றுகிறோம். குறுக்கே வராமல், தள்ளு” அதிகாரி ஒருவன் எரிந்து விழுந்தான்.

சீருடைக்காரர்களின் கால்களைக் கட்டியபடி சுஸானா கதறிக்கொண்டிருக்க, அந்தச் சிறுவனை ஜீப்பின் முன்னால் ஏற்றினார்கள். வாகனம் விரைந்தது.

சுஸானா காடதிர அவனது பெயரைச் சொல்லி அழைத்தாள்-

“ஜூடோ...”

(4)

பல நூற்றுக்கணக்கான தொல்குடிச் சிறுவர்களை அடைத்துவைத்திருந்த தொழுவமொன்றில் ஜூடோ சேர்க்கப் பட்டான். தடிகளால் அமைக்கப்பட்ட தனிக்கூடுகளில் அவர்கள் வெளியே பார்த்தபடி ஏக்கத்தோடு நின்றார்கள். எல்லோர் கன்னங்களும் கண்ணீரால் நொதித்திருந்தன. தொழுவத்திற்குள் வந்த வாகனங்கள், சிறுவர்களைத் தரம் பிரித்து ஏற்றிச்சென்றன. நீண்ட துப்பாக்கிகளும் வட்டத்தொப்பிகளும் அணிந்த பொலீஸார் பாதுகாப்பிற்காக நின்றுகொண்டிருந்தார்கள்.

தடிக்கூடுகளுக்கு வெளியே கூட்டிச்செல்லப்பட்ட உயரமான சிறுவர்களை வைத்து, அந்த வளவுக்குள்ளேயே பொலீஸார் ஒரு விளையாட்டை நடத்தினார்கள். ஒரு சிறுவனைத் தொழுவத்தின் வெளி மைதானத்தில் நிறுத்திவைத்து, பத்துச் சிறுவர்களை வரிசையில் சென்று அவனது முகத்தில் ஒரு தடவை குத்தச் சொன்னார்கள். பத்து குத்துகளையும் சளைக்காமல் வாங்கிக்கொண்டு வலி பொறுத்த சிறுவர்கள், பாறை பிளக்கும் வேலைக்கு அனுப்பப்பட்டார்கள்.

தொழுவத்தின் பாதுகாப்புப் பணியிலிருந்த தடித்த தொப்பை விழுந்த மரியோ என்ற பொலீஸ்காரன், அன்று இருள் கவிழ்ந்ததும் ஜூடோவைத் தனது ஜீப்பில் கூட்டிச்சென்றான். இரண்டு மரங்களுக்கு மத்தியில் உயரமாக அமைக்கப்பட்டிருந்த தனது தனி வீட்டிற்கு ஏணி வழியாக ஜூடோவை ஏற்றிப்போனான். ஜூடோவைப் பிரம்புக் கதிரையொன்றில் இருக்க உத்தரவிட்டான். தொழுவத்திலிருந்து மீண்டு வந்த திருப்தி ஜூடோவுக்கு கண்களில் தெரிந்தது. தனது அறைக்குள் சென்று எடுத்துவந்த சிவப்புநிற குளிர்பானத்தை மரியோ, குடுவையொன்றில் ஊற்றி ஜூடோவுக்குக் கொடுத்தான். இதுவரை சுவைத்திராத இனிமையும் குளிர்மையும் சேர்ந்த அப்பானம் ஜூடோவின் தொண்டையின் வழியாக சிலிர்த்தபடி இறங்கியது. ஜூடோவின் கண்களில் தெரிந்த திருப்தியை மரியோ ரசித்தான். அவனது கண்களைப் பார்த்துப் புன்னகைத்தான். ஜூடோவின் குளிர்ந்த உதடுகளை வருடினான். பின்னர், ஜூடோவின் முன்னால் மரியோ நிர்வாணமாய் எழுந்து நின்றான்.

அந்த வீட்டிற்குள்ளும் தொழுவத்தைப்போன்ற தடிகளாலான கூடிருந்தது. அது இலைகுழைகளால் மூடிக்கட்டப்பட்ட இருள் கரப்பு. பகலில் வெளியே போகும் மரியோ, ஜூடோவை அந்தக் கூட்டுக்குள் தள்ளிப்பூட்டிவிட்டான். மாலை வேளைகளில் வந்து

ஜூடோவுக்கு குளிர்பானத்தைக் கொடுத்தான். அவன் முன்னால் எழுந்து நின்றான். ஜூடோவின் குறியைத் திருகி, அவன் கதறியபடி கெஞ்சுகின்ற கண்களைப் பார்த்து ரசித்தான் மரியோ.

ஒருநாள் காலை மரியோ எழுந்திருக்கவில்லை. இருண்ட கூட்டுக்குள் அங்குமிங்கும் தனது உடலைப் புரட்டி ஒலியெழுப்பிய ஜூடோவுக்கு எதுவும் புரியவில்லை. இரண்டு நாட்களுக்குப் பிறகு வெளியே வாகனச்சத்தங்கள் கேட்டன. படுக்கையில் பிரேதமான மரியோவின் உடலை பொலீஸார் எடுத்துப்போனார்கள். கூட்டுக் குள்ளிருந்து சத்தமிட்ட ஜூடோவை அச்சத்தோடு திறந்து பார்த்த பொலீஸார் அதிர்ச்சியானார்கள். துப்பாக்கிப் பிடியால் அடித்து வெளியில் இழுத்துப் போட்டார்கள். அவனை விலங்கிட்டு தங்களது ஜீப்பில் தூக்கி ஏற்றினார்கள்.

மரியோவைப் புதைக்கும்போது அதனை ஜூடோ நேரில் கண்டான். அந்தப் பிரேதக்காட்டில் பணிபுரிபவனிடம் ஜூடோவை விட்டுச்சென்ற பொலீஸார், பிறகு வந்து வேறிடத்துக்கு மாற்றுவதாகச் சொன்னார்கள். ஜூடோ அங்கு எட்டு வயது வரை பிரேதங்களைப் புதைக்கும் தொழிலைச் செய்தான். காட்டின் வேலியைத் தாண்டுவதற்கு அவன் எக்கணமும் எண்ணியதில்லை. பிரேதங்களோடு வருகின்ற பொலீஸார் கொடுக்கின்ற பழங்களையும் கிழங்குகளையும் தனது ஓலைக்கொட்டிலில் உள்ள பெட்டியில் போட்டுவைத்துத் தின்றான்.

ஒருநாள் தனது கணவரின் பிரேதத்தைப் புதைப்பதற்காக உயர் பொலீஸ் அதிகாரி ஒருவரின் மனைவி பிரேதக்காட்டுக்கு வந்தாள். அவளைப் பார்த்த ஜூடோ மிரண்டான். நீண்ட ஆடையோடு வந்த வெள்ளைத்தோலுடைய அந்தப் பெண்மணி கையுறைகள் அணிந்திருந்தாள். இதுவரை பார்த்திராத அந்த உருவம் ஜூடோவைத் தொந்தரவு செய்தது. பிரேதக்குழிக்கு அருகில் நின்று ஜூடோ அவளையே பார்த்தான். அவள் விம்மிய சத்தம், ஜூடோ இதுவரை கேட்டிராத புதிய ஒலியாக அவன் காதுகளில் ஒழுகி நுழைந்தது.

அந்தப் பெண், தன்னை உற்றுப்பார்த்துக்கொண்டிருந்த சிறுவன் யாரென்று பொலீஸாரிடம் கேட்டாள்.

பிறகு, தன் கணவரின் நினைவாக ஜூடோவை தன்னோடு அமெரிக்காவுக்குக் கொண்டுவந்தாள்.

(5)

தனது இரண்டு குழந்தைகளோடும் ஜூடோவை பாடசாலைக்கு அனுப்பினாள் ஒலிவியா. ஜூடோவின் மனம் நிச்சயம் மாறும் என்று நம்பினாள். அவனது கடந்த காலங்களில் கணிசமானவற்றை மறக்கச் செய்தாள். ஜூடோ ஒழுங்காகத் தூங்கி எழுந்தான். மாத்திரைகளின் வழியாக பழைய நினைவுகளின் வேர்கள் அறுக்கப்பட்ட ஜூடோ, பாடசாலை சென்று வந்தான். ஒலிவியாவின் அன்பும் அரவணைப்பும் அவனைப் பரிதாபத்தின் வழியாகவே தீண்டிக்கொண்டிருந்ததால் வருடங்கள் போகப் போக அந்த அன்பு அவனை மேலும் சிதைத்தது. அவனது தலைதாழ்ந்த பாடசாலை வாழ்க்கையை போதைப்பொருட்கள் மீட்டன. அவனுக்குள் கேட்ட கூச்சல்களுக்கு அது விடையளித்தது. நிமிர்ந்து நடந்தான். வீடு அவனுக்கு அந்நியமானது.

அச்சத்தில் ஒலிவியா தனது இரண்டு பிள்ளைகளோடும் வேறொரு நகரில் சென்று குடியேறினாள்.

போதைச் சரைகளுக்குப் பணமில்லாத ஜூடோ, திசைக்கொரு திருட்டுகளில் ஈடுபடுவது பொலீஸாருக்குத் தெரியவந்தது. தேடுவதற்குச் சிறப்புப் படையமைக்குமளவுக்கு ஜூடோ நியூயோர்க் வீதிகளில் பிரபல குற்றவாளியாக இருந்தான்.

சுற்றிவளைக்கும்போதெல்லாம், பொலீஸிடமிருந்து தப்பியோடுவதில் ஜூடோ மிகத் தேர்ந்தவனாக, நகரின் எல்லாப் பாதைகளையும் கால்நுனியில் அணிந்திருந்தான். திடமேறிய ஜூடோவுக்கு புறநகரிலுள்ள 'ஸ்னெய்ல்ஸ்' களியாட்ட விடுதி பல தேவைகளுக்கு இரவில் நிழல் கொடுத்தது. வயதான பெண்கள் அதிகம் வருகின்ற அந்த விடுதி, வார இறுதிகளில் போதையில் தள்ளாடும். அங்கு வந்த பெண்களுக்கு ஜூடோவின் சரீரம் இளமையை மீட்டுக்கொடுத்தது. அங்கு ஜூடோவின் நடமாட்டத்தை அறிந்த பொலீஸார் ஒருநாள் அவனை காரொன்றுக்குள் நிர்வாணமாக வைத்து மடக்கினார்கள். விலங்கிட்டுக் கொண்டுசென்றபோது, ஜூடோ பொலீஸ் துப்பாக்கியைப் பறித்து ஒருவனைச் சுட்டுவிட்டு இருட்டுக்குள் பாய்ந்து மறைந்தான்.

பொலீஸ் கொலையாளி ஜூடோவின் படங்கள் நியூயோர்க் நகரெங்கும் விநியோகிக்கப்பட்டன. கண்டவுடன் தகவல் தரும்படி பொதுமக்களிடம் உதவி கோரப்பட்டது. ஜூடோவின் பின்னணியைப் படிக்கத் தொடங்கிய அமெரிக்கப் பொலீஸ், ஒலிவியாவிடம் சென்று விசாரணை செய்தது. ஆஸ்திரேலிய பொலீஸாருக்கும் தகவல் அனுப்பியது.

ஒரு விடிகாலை வேளை 'ஸ்னெய்ல்ஸ்' விடுதிப்பக்கமாக உள்ள எரிபொருள் நிரப்பும் நிலையத்தில் சிகரெட் வாங்குவதற்கு, தலையில் குல்லா அணிந்தபடி வந்த ஜூடோவை காலில் சுட்டுப் பிடித்தார்கள் பொலீஸார். கொலைக்குற்றசாட்டுடன் சிறையில் அடைக்கப்பட்டான்.

பதினைந்து வருடங்களாக அரிசோனா நீதிமன்றில் நடைபெற்ற ஜூடோ மீதான வழக்கில், இறுதியில் அவனைக் குற்றவாளி என்று அறிவித்த நீதிபதி, மரண தண்டனை வழங்கித் தீர்ப்பெழுதினார்.

(6)

கிறிஸ்மஸ் இரவுணவின்போது ரொக்ஸியிடம் தனது கதையைக்கூறிய நான்காவது நாள், ஜூடோவுக்குரிய மரண தண்டனை உறுதியானது. கைதிகள் அனைவரும் அவரவர் அறைகளில் பூட்டப்பட்டிருந்த நள்ளிரவு நேரம், ஐந்தாறு அதிகாரிகள் ஜூடோவின் அறைக்கதவைத் தட்டி எழுப்பினார்கள். சாவு தன்னை நெருங்கிவிட்டதை உணர்ந்துகொண்ட ஜூடோ திருப்தியோடு எழுந்து கதவைத் திறந்தான். அதிகாரிகள் அவனது கை கால்களுக்கு விலங்கிட்டு அழைத்துப்போனார்கள். தரையில் கால் விலங்கு ஊர்கின்ற ஒலி கேட்ட கைதிகள், இருளின் சத்தத்தை கிழித்துக்கொண்டு கத்தினார்கள். அறைக்கதவில் ஓங்கி உதைந்தார்கள். தங்களில் ஒருவனை சாவின் மேடைக்கு இழுத்துச் செல்பவர்களை நோக்கி கொதி சொற்களை உமிழ்ந்தார்கள்.

கண்ணாடி அறையொன்றிற்குள் அழைத்துச் செல்லப்பட்ட ஜூடோவை மருத்துவர் ஒருவர் பரிசோதனை செய்தார். அவனைச்சுற்றி நின்றுகொண்டிருந்த அத்தனை அதிகாரிகளுக்கும் அச்சத்தில் விழிகள் சரிந்திருந்திருந்தன. சாவை ஏற்றுக்கொள்பவனின் கண்களை உலகில் எவரால்தான் எதிர்கொள்ளமுடிந்தது. அந்தக் கணம் ஜூடோவின் அருகில் நின்றுகொண்டிருந்த அத்தனை அதிகாரிகளும் அவனது கைதிகள்போல உணர்ந்தனர்.

விருப்பமான கடைசி உணவை சிறைச்சாலை அதிகாரிகள் கேட்டார்கள். சிவப்பு நிறக் குளிர்பானம் மாத்திரம் ஒரு குவளையில் தந்தால் போதும் என்றான் ஜூடோ.

திடீரெனத் தூக்கத்திலிருந்து எழுந்த ரொக்ஸி தடித்த சிறைக்கண்ணாடிகளுக்கு வெளியே செந்நிற நிலவெறிக்கும் புதிய ஒளிக்கோளமொன்றை சில கணங்கள் கண்டான். அது வீசிய

கசங்கிய ஒளி, விட்டு விட்டுத் தன் அறைக்குள்ளே வெளிச்சம் சிந்திவிட்டு அணைவதை உணர்ந்தான்.

இறுக்கிக் கட்டப்பட்ட படுக்கையில் ஜூடோவுக்கு நச்சு ஊசி செலுத்தப்பட்டது. செவிகளை வருடிய ஆதிக்குரலொன்று தாலாட்டாய் தொடர்ந்தது.

“ஒரு நத்தை இரண்டு நத்தை
இரண்டு ஒன்றையொன்று பார்த்தன.
ஒரு நத்தை இரண்டு நத்தை
இரண்டும் நடை போயின
ஒரு நத்தை இரண்டு நத்தை
இரண்டும் கொஞ்சம் பேசின
ஒரு நத்தை இரண்டு நத்தை
எங்கள் வீடு ஒன்றே என்றன”

ஜூடோவின் விழிகள் சிவந்து தழும்பியது. வலபிப் புற்களுக்கு நடுவிலிருந்து ஜூடோவை அவனது அன்னை அணைத்தெடுத்தாள். வானமில்லாப் பெருவெளியில் எறிந்து பிடித்தாள். ஜூடோ சிரித்தபடி அவள் கைகளில் விழுந்தான். அவனது தடித்த கன்னமெங்கும் மெல்லக் கடித்து முத்தம் வைத்தாள். ஜூடோ மெய்கூசிப் பெரிதாகச் சிரித்தான். பாபரா தன் கைகளெங்கும் குருதிகொட்ட ஜூடோவை மீண்டும் தன் கருவறையில் புதைத்தாள். எங்கும் இருள். கரிய மலர் கிடங்கில் ஜூடோ எடையற்றுப் புரண்டான். நிர்மலமான புதிய காற்று. தனக்கு மேல் இன்னொரு இதயம் துடிக்க ஜூடோ துயிலடைந்தான்.

இன்னொரு தொல்குடியை அவர்கள் கொன்றார்கள்.

புனிதக்கிளை

மெல்பேர்ன் தமிழர் கலாச்சார நிகழ்வொன்றில் பதினைந்து வருடங்களுக்கு முன்னர் ராஜித பண்டார எனக்கு அறிமுகமானான். காதுகளுக்கு அருகில் மாத்திரம் நரைத்த முடி. நறுக்கிவிட்ட குறுந்தாடி. கறுப்பு வண்ணச் சங்கிலியில் கழுத்தில் தொங்கும் கண்ணாடி. சற்று முன்வளைந்த குட்டையான தோற்றம். மெல்பேர்னில் வெளிவரும் 'செரண்டீப்' மும்மொழிப் பத்திரிகையின் ஆசிரியர் என்று தன்னை அறிமுகம் செய்தான். கைகளில் கற்றையாக வைத்திருந்த பத்திரிகைகளில் ஒன்றைப் பிரித்து நீட்டினான். அந்த உருவம் ஒரு அழகான மலரை ஆச்சரியத்தோடு பகிர்ந்துகொண்ட குழந்தையைப் போல இன்றும் நினைவகலாமல் உள்ளது.

நான் இலங்கையில் பத்திரிகையில் பணிபுரிந்தது தனக்குத் தெரியும் என்றான். தனது பத்திரிகையில் தமிழில் கட்டுரைகள் எழுதுமாறு கேட்டான். எழுதுவதற்கு எந்தக் கட்டுப்பாடும் இல்லை என்றான். மொழியின் சமத்துவத்திற்கு அப்பால், இன நல்லிணம் என்றைக்கும் எழுத்தினால் சாத்தியம் என்றான். அவனது தோற்றமும் பேச்சும் உலர்ந்த பூக்களைக்கூட மலரச் செய்யுமளவுக்கு ஈரமாய் நெஞ்சில் பதிந்தன.

'இனமொன்றின் ஊழிக்குரல்' - என்ற தலைப்பில் நான் எழுதிய முதல் கட்டுரையை, பத்திரிகையின் மூன்றாவது பக்கத்தில் வெளியிட்டிருந்தான். அந்தக் கட்டுரையை யாராவது அவனிடம் மொழிபெயர்த்துக் கொடுத்திருந்தால், அதன்பிறகு என்னிடம் எந்தத் தொடர்பும் வைத்துக்கொள்ளமாட்டான் என்று திடமாக நம்பினேன். ஆச்சரியமாக நட்பு நீடித்தது. தொலைபேசியில் அவனது பெயரைச் சேமித்துவைக்குமளவு தொடர்பு நீளத்தொடங்கியது.

மெல்பேர்னில் நடைபெறும் அரச வைபவங்களுக்கு 'செரண்டீப்' பத்திரிகைக்கு அழைப்பு வரும். என்னையும் அழைத்துப்போவான். ஆஸ்திரேலிய அரசியல்வாதிகளுடன் நெருக்கமாகப் பேசினான். சிறிலங்காவிலிருந்து வருகின்ற

அரசியல் முக்கியஸ்தர்களுடன் பின்னிரவுச் சந்திப்புகளில் கலந்துகொள்ளுமளவுக்கு ராஜிதவுக்கு மிகுந்த நெருக்கமிருந்தது.

ராஜிதவுடன் பழக்கமேற்பட்ட முதல் சிங்கள வருடப் பிறப்புக்கு வீட்டு விருந்துக்கு வருமாறு அழைத்தான். மஞ்சள் வண்ணத்தோரணங்கள் வாசலில் வரவேற்றன. வழுக்கு மரத்தில் செதுக்கிய தர்மச்சக்கரம் ஒலிவ் மரநிழலில் தோட்டத்தின் நடுவில் வைக்கப்பட்டிருந்தது. குழாய்வழியாக பாய்ந்த நீர், அந்தப் பலகையின் மேல் வழிந்தோடிக்கொண்டிருந்தது. தோட்டத்துக்கும் வீட்டுக்கும் இடையில் அமைந்திருந்த பரந்த வளவுக்குள் ஓலைகளால் வேய்ந்த விருந்துக் குடில் அமைக்கப்பட்டிருந்தது. நான் போயிறங்குவதற்கு முன்னரே அங்கு ஏராளம் விருந்தினர் கூடிவிட்டனர். ராஜித என்னைக் கண்டவுடன் ஒரு குடும்ப உறுப்பினர்போல முக மலர்ந்தான். குளிர்ந்த கைளினால், என்னை அணைத்துச் சென்று நண்பர்களிடம் அறிமுகம் செய்தான். ஓலைப்பெட்டிகளில் கொட்டிக்கிடந்த பல வர்ணப் பலகாரங்களை பச்சை இலை இட்ட தட்டொன்றில் எடுத்துத் தானே பரிமாறினான். சிங்களப் பாரம்பரிய உணவுகளின் பெயர்களையும் எனக்கு ஊட்டிவிட்டான்.

பலகாரத் தட்டோடு வீட்டுக்குள் அழைத்துச்சென்று நடுவில் வீற்றிருந்த உயரமான புத்தர் சிலையைக் காண்பித்தான். கண்டியிலிருந்து இருபது வருடங்களுக்கு முன்னர் கப்பலில் கொண்டுவந்த சுருவம் என்று முகமலர்ந்தான். மடியில் மடித்திருந்த புத்தரின் கைகளுக்குள் வெள்ளை மலர்கள் வைக்கப்பட்டிருந்தன. அவனடைந்த அதே பெருமையோடு புத்தரைப் பார்த்து நானும் வணங்கினேன். புத்தர் சிலைக்கு இடப்பக்கமாக இராணுவச் சீருடையில் விறைத்த பார்வையோடு சிங்கள அதிகாரியொருவரின் படமிருந்தது. மெலிந்த மெழுகுவர்த்தியொன்று அந்தப் படத்துக்கு முன்னால் சுடர் சுமந்திருந்தது.

"பயங்கரவாதிகளுடனான போரில் உயிரிழந்த எனது அண்ணா."

புத்தரைக் காண்பித்ததைவிடத் தனது அண்ணனைப் பற்றிப் பேசும்போது ராஜிதவின் முகத்தில் அதிகப் பெருமை தெரிந்தது. என்னோடு எதையும் பகிர்ந்துகொள்ளக்கூடிய நெருக்கம் அவனுக்குத் திருப்தியளித்தது. ராஜிதவைக் கேட்டுமுடித்த பலர், என்னைப்போல பலகாரத் தட்டோடு அருகிலிருந்த ஓலைக் கொட்டிலுக்குள்ளிருந்தனர்.

இடுப்பில் சுருக்குவைத்த சிங்களச் சேலையில் அங்கு அடிக்கடி தென்பட்ட முதிய பெண்ணை அழைத்து வந்த ராஜித, தனது மனைவி என்று அறிமுகம் செய்தான். ராஜிதவைவிட களை நிறைந்த முகம். புத்தரின் கைகளில் பார்த்த வெண்மலர்போல கைகூப்பிச் சிரித்தார். தன்னுடைய பத்திரிகையில் எழுதுபவர் என்று என்னைச் சிங்களத்தில் அறிமுகம் செய்திருக்கவேண்டும். அதன்பிறகு, அவர் மேலுமொரு தடவை இமைகளைத் தூக்கி ஆச்சரியத்தோடு சிரித்துவிட்டு உள்ளே சென்றார்.

நண்பர்களைக் கவனிப்பதில் ஓடிக்கொண்டேயிருந்த ராஜித, அவ்வப்போது எங்காவது ஓரிடத்திலிருந்து பேசும்போது, அவனைச் சுற்றிக் கூட்டம் பெருகும். ஒரு பத்திரிகை நடத்துபவர் என்பதற்கு அப்பால், ராஜித மெல்பேர்ன் சிங்கள மக்கள் மத்தியில் செல்வாக்கு மிக்க சமூகத் தலைவன் என்று மதிப்பிடக்கூடியதா-யிருந்தது. என்னை மாத்திரமல்ல, எல்லோரையும் தனது பாதையில் பதப்படுத்தியவாறு பயன்படுத்துவதில் காண்பிக்கும் ராஜிதவின் வல்லமையை அவ்வப்போது இரகசியமாக மதிப்பிட்டுக் கொள்வேன்.

ஒருதடவை அவன் பேசத்தொடங்கிய நீண்ட உரையாடலொன்று எனக்கு மிகவும் புதிய தகவலாயிருந்தது. வருடத்துக்கு இரண்டு தடவைகள் சிறிலங்காவுக்குப் பயணம் செய்கின்ற ராஜித, ஒவ்வொரு தடவையும் அங்கு தனது பௌத்த நம்பிக்கையொன்றை தவறாது நிறைவேற்றிவருவது வழக்கம் என்பதை ஓலைக்குடிலுக்குள்ளிருந்து கூறினான். தலதா மாளிகைக்குச் சென்று சங்க தேரர்களுக்கு தானம் வழங்கி, ஆசீர்வாதம் பெறுவதோடு, ஏதாவது ஒரு திருமணம் அல்லது வேறு மங்களகரமான நிகழ்வின் விருந்துக்காக வெட்டப்படவிருக்கும் மாட்டினைப் பணம் கொடுத்து வாங்கி, அதன் உயிரைக் காப்பாற்றுவது ராஜிதவின் மத வழக்கங்களில் ஒன்றாக இருந்தது. வருடத்தில் குறைந்தது இரண்டு மாடுகளைக் காப்பாற்றும் தனது இலங்கைப் பயணத்தை, ராஜித ஒரு சடங்குபோல நிறைவேற்றிவருகிறான்.

அவனது நண்பர்கள் மாத்திரமல்லாமல், அவர்களது மனைவிமார்கள் - குழந்தைகள் எனப் பலரும் கூடியிருந்து அவனது அனுபவத்தைக் கேட்டார்கள். ராஜிதவின் பேச்சிலிருந்த நிதானமும் சொற்களில் காண்பித்த மென்மையும் செயல்களுக்கு அப்பால், அவனை சமூகத்தின் பெறுமதியான முதுசமாக வெளிச்சமிட்டுக் காட்டியது. அவன் மீதான ஈர்ப்பு சமூகத்தின் அனைத்து மட்டங்களிலுமிருந்தது.

"புத்த பெருமானின் பஞ்ச சீலக்கொள்கைகளே எங்கள் அன்றாடங்களின் ஆத்மா. அடுத்த பிறப்பொன்று எமக்கு திருப்தியாய் அமைவதற்கு, இப்பிறப்பில் உயர் காரியங்களைப் பிடிப்போடு செய்யவேண்டும். உயிர்களைக் கொல்லுதல் மகா பாவம். அதுவும் உயிர்களைக் கொன்று தின்னுதல் பாவங்களில் பெரிய பாவம். பசுக்கள் மனிதர்களின் மறுபிறவிகள். அவற்றைக் கொல்லுதல் இன்று கண்வெடித்த குழந்தையைக் கொல்வதற்குச் சமம்"

ராஜிதவின் சொற்கள் ஞானப்பெருஞ்சுனையாக அங்கிருப்பவர்களின் கண்களில் பெருகியோடியது.

(2)

சிறிலங்காவுக்குச் சென்று வந்த ராஜித, மெல்பேர்ன் பௌத்த சங்கங்களின் சம்மேளனத்துடன் முக்கிய சந்திப்புக்களுக்காக அடிக்கடி போய்வந்தான். சிங்கள மக்கள் கலந்துகொள்ளும் மாபெரும் கூட்டமொன்றுக்கு ஒழுங்கு செய்தான். அந்தக் கூட்டத்துக்கான விளம்பரத்தினையும் பத்திரிகையில் முழுப்பக்கத்துக்குப் பிரசுரித்திருந்தான்.

"சகோதர மக்களுடன் தொடர்புகளை உருவாக்குவது நல்லது. கூட்டத்துக்கு வா."

ராஜிதவின் அழைப்பில் நியாயம் இருந்தது. நிகழ்விற்கான விளம்பரங்களில் தெரிந்த மர்மத்தை நேரில் காணும் ஆர்வத்தோடு சென்றேன்.

ராஜித எதிர்பார்த்ததைவிட மண்டபம் நிறைந்து, போதியளவு கதிரைகள் இல்லாமல் பல பெண்கள் கைகளில் குழந்தைகளோடு நின்றுகொண்டிருந்தனர். கூட்டத்துக்கு முன்னால் காவியுடை தரித்த நான்கு தேரர்கள், தேஜஸ் வழியும் பார்வையோடு அகன்ற சொகுசுக் கதிரைகளுக்குள்ளிருந்து அனைவருக்கும் ஆசீர்வாதமளித்த வண்ணமிருந்தனர்.

பத்திரிகைகள் அடுக்கிவைக்கப்பட்டிருந்த மேசையோடு நான் மண்டபத்துக்கு வெளியிலிருந்தேன். உள்ளே நடைபெறுவது முழுமையாகத் தெரிகின்ற கோணத்தில் நான் இருந்துகொண்டது எனக்குப் பல வகைகளில் வசதியாக இருந்தது.

ராஜித ஆரம்பித்தான்.

“பரிபூரண ஒளி பொருந்திய புத்த பகவானின் ஆசீர்வாதம் பெற்ற மகா ஜனங்களே... இன்றெமக்கு இவ்வாழ்வை வழிநடத்தும் ஆண்டவரின் அருளுக்கு கோடி நன்றிகள்.

“சிறிலங்காவுக்கு அடுத்ததாக சிங்கள மக்கள் அதிகம் வசிக்கின்ற இடம் மெல்பேர்ன். எம் கரங்களில் கூடிய பொருள்பொதிந்த நெருக்கத்தை நாங்கள் இழந்துவிடக்கூடாது. இது ஒரு பெருமைக்குரிய வரலாற்றை எழுதிய புகழ்சூடிய இனத்தின் பிறிதொரு அதிஷ்டகாலம்.

“எமது இனத்தின் ஆதாரம் எங்கள் மதம். எம் ஒற்றுமையின் ஆதாரமும் எங்கள் மதம். எங்கள் வெற்றிகள் அனைத்தினதும் பக்கபலம் எமது மதம். பகவானின் போதனைகளை இதயக் கமலத்தில் தாங்கி நிற்கின்ற எங்கள் வழிபாடுதான் எம் நெருக்கத்தின் ஆணிவேர். தேரவாதம் எங்கள் உயிர்நாடி. அது இந்த மண்ணிலும் ஆழ வேரூன்ற வேண்டும்”

பேரறிவின் ஒளி சிந்தும் ராஜிதவின் விழிகள், கூட்டத்திற்கு வந்திருந்த அனைவரது இதயத்திற்குள்ளேயும் இறங்கி நின்று பேசிக்கொண்டிருந்தன.

“புத்தபகவான் ஞானம்பெற்ற போதிமரத்தின் கிளை யொன்றினை மேன்மை குடியிருக்கும் எங்கள் புனித அனுராதபுர ரஜ மஹா போதியிலிருந்து ஏந்தி வந்து, இங்கெமது விஹாரை நிலத்தில் வேரூன்றச் செய்யவேண்டும் உறவுகளே. அது இன்னும் பல ஆண்டுகளுக்கு இம்மண்ணில் எம் இனம் தளைக்கத் துணை நிற்கும். எம் சமூகத்தின் ஒற்றுமை நிலைத்திட நீண்ட திடம் தரும்.”

கூட்டத்தின் முன்னாலிருந்து நான்கு தேரர்களும் காவியுடைக்குள் ஏந்தியிருந்த தங்கள் விசிறிகளை ஒரு தடவை அசைத்தார்கள். அரங்கிலிருந்த அனைவரும் கரவொலி எழுப்பினார்கள்.

“இந்தியாவின் புத்தகாயாவில் பகவான் ஞானம்பெற்றபோது அவர் சாய்ந்திருந்த போதி மரத்தின் தென் திசைக்கிளை எங்கள் இலங்கை மண்ணுக்கு வந்தபோது அதனை வணங்கிப் பெற்று வளர்த்தோம். ஆண்டாண்டு காலமாக அதன் பொருள் புரிந்து பூஜித்தோம். ஞானத்தின் வாசனையைத் துதித்தோம். அன்றிலிருந்து எங்கள் புனித தேசமே புதிய வேர்களைப் பரப்பியது. எத்துணை பகை சேர்ந்தபோதும் எவ்வளவு இடர் நேர்ந்தபோதும் அனைத்தையும் சமராடும் பலம் சேர்த்தது எங்கள் மஹா போதியே.

“எங்கள் மண்ணின் மீது குருதி வீழ்ந்தபோது மஹாபோதி தன் ஈரக்கரங்களால் கறை அகற்றிவிட்டது. எங்கள் மண் காக்கச் சென்ற படைவீரர்கள் பகை வீழ்த்துவதற்கும் மஹாபோதி அவர்களின் மனமெங்கும் தன் வீரக்கரங்களால் வலுசேர்த்து நின்றது..............”

ராஜித தொடர்ந்து பேசிக்கொண்டிருந்தான்.

அன்றைய நிகழ்வுக்காகப் பிரசுரிக்கப்பட்ட விளம்பரப் பக்கத்தைப் பிரித்துப்பார்த்தேன். அந்த முழுப்பக்க விளம்பரத்தின் பின்னணியில் பொன்நிறவேலிக்கு மத்தியில் சடைத்த மஹாபோதி அரசமரம் நின்றுகொண்டிருந்தது. அந்தப் புனித மரத்தினைச் சுற்றி சில பக்தர்கள் வழிபடுகின்றதும் அந்த விளம்பரத்தில் மெல்லிதாகத் தெரிந்தது.

(3)

இலங்கைக்குச் சென்ற ராஜித பண்டார நாக விஹாரையிலும் ஆனையிறவு இராணுவத்தின் தலைமையக விஹாரையிலும் தேரர்கள் முன்னிலையில் முழந்தாளிட்டு, தானம் வழங்கும் படங்கள், பத்திரிகை நண்பர்களுக்கென உருவாக்கப்பட்ட புலனக்குழுமத்தில் பகிரப்பட்டிருந்தது.

வடநில விஹாரைகளில் ஆசீர்வாதங்களைப் பெற்றுக்கொண்டு ஒரு வெள்ளியன்று காலை அனுராதபுர புனித மஹாபோதி விஹாரைக்குச் சென்றான். புனித விருட்சத்தின் கிளையை ஏந்திக்கொண்டு ஆஸ்திரேலியா போவதற்காக, பக்தர் ஒருவர் வந்திருக்கிறார் என்ற செய்தி அப்பகுதியெங்கும் பரவியிருந்தது. விஹாரைக்கு அருகிலுள்ள ரஜ மஹாபோதி மாவத்தை, மிகுந்து மாவத்தைகளிலிருந்து பக்தர்கள் பலர் பூக்களோடு வழியனுப்ப வந்திருந்தார்கள். புனிதக்கிளை பெரியதொரு வெண்கலக் கலயத்தில் வைக்கப்பட்டு பூஜை செய்யப்பட்டது.

கிளை விரித்த அரசமர நிழலில் விகாரையின் மூத்த தேரர் ஒருவர் ராஜிதவை ஆசீர்வதித்து, அவனோடு திரண்டு நின்ற பக்தர்கள் முன்னிலையில் நாசிக்குரலெடுத்துப் பேசத் தொடங்கினார்.

“அணையாத பெரும் சுவாலையின் ஒரு பிடியை உன் கைகளில் தந்திருக்கிறோம். இவ்வெளிச்சத்திலிருந்து பிறக்கின்ற ஒளி உலகமெல்லாம் பரவவேண்டும். கருணை மிகுந்த பகவான்

புத்தரின் போதனைகள் இம்மண்ணைப்போல பிறிதொரு தேசத்திலும் பூக்களாய் மலரட்டும்.”

ராஜித அவரது கால்களில் விழுந்து வணங்கினான். அரச மரக்கிளையோடு ராஜித மெல்பேர்ன் நோக்கிப் புறப்படவிருந்த செய்தி, இலங்கைப் பத்திரிகைகளில் வெளிவந்திருந்தது. அவனது வரவை மெல்பேர்ன் சிங்கள மக்கள் புத்த பகவானின் வருகையைப்போல எதிர்பார்த்திருந்தனர்.

(4)

மெல்பேர்ன் விமான நிலைய அதிகாரிகள் ராஜிதவை அரச மரக்கிளை அடைத்த போத்தலோடு தனியறையொன்றுக்கு அழைத்துச் சென்றார்கள். ராஜிதவுக்கு உடலெங்கும் வெக்கை கனன்றது. இறைத்தூதுவனாய் பயணப்பட்டுக்கொண்டிருந்த தன்னை, இடறுகின்ற அதிகாரிகளின் உத்தரவுகள் அவனுக்கு அவமானத்துக்கு மேல் ஆத்திரத்தைக் கிளறியது.

கருநீலச் சீருடையில் எவின் என்ற பெயர் பதித்த அதிகாரியொருவர், ராஜிதவை தன் முன்னாலுள்ள கதிரையில் இருக்கச் சொன்னார்.

சிவந்த கன்னங்களின் மீது தனது மூக்குக் கண்ணாடியினால் சொறிந்தபடி ஆரம்பித்தார்.

“உயிருள்ள மரக்கன்றுகளை நாட்டுக்குள் கொண்டு வருவதற்குப் பின்பற்றவேண்டிய நடைமுறை உங்களுக்குத் தெரியாதா?”

ஈயமாய்க் கொதித்தபடி இறங்கிய கேள்வியை, ராஜித நிதானமாக எதிர்கொண்டான்.

“இது சாதாரணமான மரக்கிளை அல்ல. உலகின் மிகத் தொன்மையான மதமொன்றின் தலைவர், ஞானம் பெற்ற மரத்திலிருந்து கொண்டுவரப்பட்டு புனிதக்கிளை”

அதிகாரியின் கண்களைப் பார்த்து அழுத்தமாகக் கூறினான்.

“உயிருள்ள பொருட்கள் எதுவென்றாலும், அவற்றின் ஊடாக நாட்டுக்குள் வரக்கூடிய கிருமிகள், நோய்கள் போன்றவற்றைப் பாதுகாப்பதற்கு கடைப்பிடிக்கின்ற முக்கியமான எல்லைப் பாதுகாப்புச் சட்டம் இது. நீங்கள் இந்த மரக்கிளையைக் கொண்டுவரக்கூடாது என்று கூறவில்லை. அதற்கென்றொரு ஒரு

நடைமுறையுள்ளது. எங்களுக்கும் இதனை எவ்வாறு நாட்டுக்குள் அனுமதிப்பதென்றொரு கட்டுப்பாடு உள்ளது........"

அதிகாரியின் நீளமான விளக்கங்களை ராஜிதவினால் ஏற்கமுடியவில்லை.

"நான் சொல்வது உங்களுக்குப் புரியவில்லையா. இது பூஜையில் வைக்கப்பட்டுக்கொண்டுவரப்பட்டுள்ள பரிசுத்தமான கிளை. இதில் கிருமிகளிருக்கின்றன, நோய்கள் தொற்றியிருக்கும் என்று கூறி என்னையும் எனது மதத்தினையும் இழிவுபடுத்தாதீர்கள். சிலுவையைக் கொண்டுவந்தால், அதனை அலுமீனியத் தடியென்று கூறுவீர்களா. அது என்ன உங்களது சட்டங்களை மற்றவர்கள் மீது உரசிப்பார்க்கும்போது மாத்திரம் எப்போதுமொரு எகத்தாளம்?"

புனிதக்கிளையை எப்படியும் இந்நாட்டுக்குள் அனுமதிக்கப் போவதில்லை என்ற ஆற்றாமையினால் ராஜிதவின் வார்த்தைகளும் குரலும் நீண்டன.

"மிஸ்டர் ராஜித, இந்த மரக்கிளையைக் கொண்டுவருவது பற்றி நீங்கள் முற்கூட்டியே பயணச்சீட்டில் பதிவுசெய்யவில்லை என்ற குற்றத்திற்காக நீங்கள் ஆச்சரியப்படுமளவுக்கு ஒரு அபராதத் தொகையை அறவிடுவதற்கு சட்டத்தில் போதுமான வசதியுள்ளது. ஆனால், இது மதம் சார்ந்த விடயம் என்ற காரணத்தினைப் பூரணமாக உணர்ந்துகொண்டுதான், உங்களோடிருந்து பொறுமையாகப் பேசிக்கொண்டிருக்கிறேன்."

அதிகாரி எவின் அதற்கு மேல், ராஜிதவுக்குப் பேசுவதற்கு அனுமதி வழங்காமல், தனது முடிவினைத் தடித்த சொற்களினால் சொல்லிச் சென்றான்.

"ஆஸ்திரேலியாவின் எல்லைப் பாதுகாப்பு விதிகளின்படி, உயிருள்ள மரக்கிளைகள் அனைத்தும் உயிரியல் பரிசோதனைக் கூடத்திற்கு எடுத்துச் செல்லப்பட்டு ஒரு மாத காலம் தனிமைப் படுத்தப்படும். ஒவ்வொரு நாளும் இந்தக் கிளை உன்னிப்பாக அவதானிக்கப்படும். இந்தக் கிளை வழியாக எந்த ஆபத்தும் ஏற்படாது என்று உறுதிச் சான்றிதழ் கிடைக்கப்பெற்றதும், உங்களிடம் கையளிக்கப்படும்."

எவினின் கண்களையே பார்த்து அவன் சொல்வதைக் கேட்டுக்கொண்டிருந்த ராஜிதவுக்கு அவனை அறியாமல் கண்ணீர் பெருகிக் கன்னத்தில் வழிந்தது. வரலாற்றின் நீண்ட பயணமொன்றில் தான் தனித்துவிடப்பட்டதுபோல உணர்ந்தான்

ராஜித. இதய நரம்பொன்றினை உயிரோடு அறுத்தெடுப்பதற்கு தன்னைச் சுற்றிச் சீருடையோடு அதிகாரிகள் காத்திருப்பதுபோல நடுங்கினான்.

தலைநகர் கன்பராவிலுள்ள சிறிலங்காவின் தூதரகத்துக்கு அழைப்பெடுத்து, அரசு மட்டத்தில் பேசி, புனிதக் கிளையைப் பிணையெடுக்க யோசித்தான். சிறிலங்கா அமைச்சர் மத்தும பண்டாரவை அழைத்து, அவர் வழியாக உதவியைப் பெற்றுப் புனிதக் கிளையோடு தொடர்ந்து பயணிக்கலாமா என்றெண்ணினான்.

அசோகச் சக்கரவர்த்தியின் உத்தரவினால் சங்கமித்த ஏந்தி வந்து தேவநம்பிய தீசனிடம் கையளித்த புனிதக்கிளை, ஈராயிரம் ஆண்டுகளுக்கு மேலாக படர்ந்து வளர்ந்து - பல சிங்கள உயிர்களைப் பலிகொடுத்து - இன்னும் எத்தனையோ வெற்றிகளுக்கு வாள் கொடுத்து - வீரத்தின் - மேன்மையின் - மதப்பெருமையின் வரலாற்றோடு தளைத்துகொண்டேயிருந்த உலகின் மிக நீண்ட கிளை - மெல்பேர்ன் விமானநிலையத்திலுள்ள நாற்பது வயது மதிக்கத்தக்க ஒரு அதிகாரியின் முன்னால் மண்டியிட்டுக் கொண்டதை ராஜிதவினால் ஏற்றுக்கொள்ள முடியவில்லை. அவனது கண்கள் கொப்பளங்களாய் வெடித்து அதன்வழி உயிர் வடிந்துவிடும் போலிருந்தது.

(5)

ராஜிதவின் வீட்டுக்குப் பலர் சென்றார்கள். ராஜிதவினால் யாரையும் முகங்கொடுக்கமுடியவில்லை. படுக்கையில் துவண்டுகிடந்தான். பெரும் கனவொன்றின் நீட்சியாக மிதந்து கொண்டிருந்த அவனது மனம், காயத்தோடு விழுந்துகிடந்தது. அழைப்பெடுத்தவர்கள் அனைவருக்கும் விளக்கம் சொல்லிக் களைத்தாள் ராஜிதவின் மனைவி. அக்கறையோடு வீடு வந்தவர்களைத் திருப்பி அனுப்புவதைத் தவிர அவளுக்கு வேறு வழியிருக்கவில்லை.

ராஜிதவின் படுக்கைக்கு அருகிலிருந்த வானொலியில் -

பஹு_ம் சாஸ மபி நிம்

மித்த சாயுத தம்....

ஜெய மங்கள கதா தொடர்ச்சியாக ஒலித்துக்கொண்டிருந்தது. இரவில் மாத்திரம் விழித்தெழுந்த ராஜித, வீட்டின் நடுவிலிருந்த புத்தர் சிலைக்கு முன்னால் மண்டியிட்டு அழுதான். மனைவியால் தேற்றமுடியாதளவு கதறினான். பின்னிரவில் களைத்துத் தூங்கினான்.

இரண்டாவது வாரத்தில் ராஜித வழமைக்குத் திரும்பினான். புனிதக் கிளையைக் கையேற்கும்வரை வீட்டைவிட்டு வெளிவரப்போவதில்லை என்று மனைவியிடம் கூறினான். பரிதி கவிழும் நேரம்வரைக்கும் காத்திருந்தான். தோட்டத்தில் பூக்களைப் பறித்துச் சென்று இரவு நேரப் பிரார்த்தனைகளில் நீண்ட நேரமிருந்தான். இதயம் மீண்டும் துடிக்கும் ஒலி அவனுக்குள் கேட்டது.

மெல்பேர்ன் விமான நிலையத்திலுள்ள உயிரியல் சோதனைக்கூடக் கண்காணிப்பு மேசையில் - கூடைகளில் அடைக்கப்பட்ட கோழிக்குஞ்சுகள், குவளைகளில் ஊர்ந்து கொண்டிருந்த நத்தைகள், பல வகையான இறைச்சிகள் என அனுமதி பெறாமல் கொண்டுவரப்பட்ட பொருட்கள் பாதுகாப்பாக அடைக்கப்பட்டு, அவற்றுக்கான கமராக்கள் கணனிகளோடு பொருத்தப்பட்டு, பிரத்தியேக மானிகளால் அவதானிக்கப்பட்ட வண்ணமிருந்தன. அந்தப் பொருட்களில் ஏற்படுகின்ற இரசாயன மாற்ற வரைவுகள் கணனியில் பச்சை நிறத்தில் வளைந்து வரைந்து ஓடிக்கொண்டிருந்தன.

அந்த வரிசையின் அந்தத்தில் நீண்ட கண்ணாடிக் குவளையில், பௌத்த வரலாற்றின் ஆதார உயிரியான புனிதக்கிளை - பாதுகாப்பாகப் பூட்டப்பட்டிருந்தது. கிளையின் ஓரத்தில் சிறு குருதிக்கறையொன்றும் தெரிந்தது.

(6)

ராஜித எனக்குள் உதிரத் தொடங்கினான்.

அவனோடு தொடர்புகள் அறுந்திருந்த நாட்களில்தான், அவனது மனம் எனக்குள் அதிக வெளிச்சத்தோடு பரவித் தெரிந்தது. மெல்பேர்னுக்குள் வந்த புனிதக்கிளையின் நிழலில் அவனது விகாரமான மனம் நிர்வாணமானது. விடம் தரித்த வரலாறொன்றின் நீட்சிக்காக, அவனுக்கு அந்தப் புனிதக்கிளை தேவைப்பட்டது. அதற்காக அவன் எதையும் இழக்கவும் யாரையும் பகைக்கவும் கை விரித்தபடி நின்றான். என்னை மிகக்குரூரமாகத் தனது அன்பின் அரவணைப்பில் பிணைத்து வைத்திருந்தான். சாவின் பெரும் களமாய் கிடந்த நிலத்தில் அறுத்தெறியப்பட்ட பல்லாயிரம் பேரின் குருதியில் வருடிக்கொண்டுவரப்பட்ட அந்தப் புனிதக்கிளை, தனது இனத்திற்கு அழியா வரமளிக்கும் என்று அவன் நம்பினான். அந்தக் கிளை அனைவரையும் ஆழ வேண்டும்

என்றும் விரும்பினான். அதற்காக, அவன் எல்லா வேடங்களையும் மாற்றி மாற்றிப் பூண்டுகொண்டான்.

அவனது கண்கள், புன்னகை, அடக்கம், பொறுமை என்று அனைத்தும் கரும்புழுக்களாய் அவனில் நெளிந்தன.

குளிர்காலச் சனி மாலையொன்றில் புனிதக்கிளையைப் பெற்றுக்கொண்ட மெல்பேர்ன் சிங்கள மஹா சங்கத்தினர் புறநகர் விஹாரை நிலமொன்றில் அதை நாட்டுவதை அறிவிக்கும் நிகழ்வைக் கூட்டினார்கள். காற்றோடு மழையும் தொடங்கியது. நிகழ்வுக்கு நான் போகவில்லை. வாழ்வில் முதன்முறையாக ஒருவனின் அன்பின் முன்னால் அவமானமாய் உணர்ந்தேன். தேநீர் அருந்தியபடி, செரண்டீப் பத்திரிகையின் பக்கங்களைத் தட்டிப்பார்த்தேன். ராஜிதவுக்குள் நொதித்துக்கிடக்கும் கெட்ட வாடை, ஒவ்வொரு பக்கத்தைப் புரட்டும்போதும் முகத்தில் அறைந்தது. அவனையே நினைத்துக்கொண்டிருப்பதும் ஒருவகையில் எரிச்சலாயிருந்தது. கதிரையிலேயே சாய்ந்து கண்ணயர்ந்தேன்.

புள்ளிகள் போட்ட பருத்தி மேலாடையில், நிகழ்வு மண்டபத்துக்குள் வந்தான் ராஜித. மண்டபம் நிறைந்த மக்களைப் பரவசத்தோடு பார்த்தான். முன்வரிசையில் புன்னகை நிறைந்த தேரர்கள் வீற்றிருந்தார்கள். சற்று நேரத்தில், சிறிய சாடியில் சூடிய மஹா போதி அரச மரக்கிளை பட்டுத்துணி போர்த்திய சிறு பல்லக்கில் அரங்கத்திற்குள் சுமந்து வரப்பட்டது. வெண்ணிற ஆடையணிந்த பல்லக்கர்களுக்கு இருமருங்கிலும் இரு சிறுவர்கள் மஞ்சள் வண்ண விசிறியை மெதுவாய் அசைத்த வண்ணம் ஊர்ந்து வந்தார்கள். தொழுதபடி எல்லோரும் எழுந்து நின்றார்கள்.

மேடைக்குச் சென்ற ராஜித பேசினான் -

“மேன்மை குடியிருக்கும் எங்கள் புனித அனுராதபுர ரஜ மஹா போதியிலிருந்து ஏந்தி வந்து, இங்கெமது விஹாரை நிலத்தில் வேரூன்றவுள்ள இந்தப் புனிதக்கிளை, ஆண்டாண்டு காலமாக இம்மண்ணிலும் எம் இனம் தளைக்கத் துணை நிற்கும். எம் சமூகத்தின் ஒற்றுமை நிலைத்திட நீண்ட திடம் தரும்.....”

பேருவுகையோடு சூளுரைத்தான். தொடர்ந்து பேசினான்.

குருதிக் கறை அழியாத ஆதிநிலத்தின் ஓலம் கேட்டு திடுக்குற்றெழுந்தேன். மழையின் சத்தம் ஆரோகணித்தபடியிருந்தது.

பிறிதொரு நறுமணம்

(1)

தாய்லாந்தின் சமுவி களியாட்டப் பெருந்திடலின் நட்சத்திர வாடிகளுக்கு மத்தியிலுள்ள லமாய் கபு பொலீஸ் நிலையத்திலிருந்து விடுதலை செய்யப்பட்டாள் சிறிமா. வாசலில் காத்திருந்த சுலோகா ஓடிச்சென்று அவளை அள்ளி அணைத்தாள். தேச எல்லைகள் கடந்த ஊடகவியலாளர்கள் ஓடிவந்து சிறிமாவை மொய்த்துக்கொண்டார்கள்.

"லியோ உங்களிடம் இறுதியாக எதைப் பற்றி உரையாடினார்?

"லியோவுக்கும் உங்களுக்கும் இடையே இருந்த உறவு குறித்து பகிரங்கமாக ஊடகங்களிடம் சொல்ல முடியுமா?"

"நீங்கள் கொலைக் குற்றச்சாட்டிலிருந்து விடுதலை செய்யப்பட்டது, மகிழ்ச்சியளிக்கிறதா?"

கடுங்கேள்விகளுக்குள் இருந்து திமிறிய சிறிமாவை, தனது இரண்டு கைகளாலும் மூடிக்கொண்டு, தெருமுனையில் நின்ற ஓட்டோவை நோக்கி ஓடினாள் சுலோகா. இலச்சினைகள் பதித்த ஊடகங்களின் நீண்ட ஒலிவாங்கிகள் ஓட்டோவையும் இயன்றவரை துரத்தி வந்தன. ஓட்டோ இரைந்து வெளியேறியது.

சிறிமாவை அணைத்தபடி அவள் காதுகளுக்குள் சுலோகா சொன்னாள் "உனது அதிஷ்டம், லியோ மாரடைப்பினால் இறந்தான் என்பது வைத்தியசாலையில் நிரூபிக்கப்பட்டுவிட்டது சிறிமா."

(2)

சிறிமா பிறந்து வளர்ந்தது கொழும்பின் ராகம பகுதி. தந்தை பெயர் ஜோஷ்வா. அவளது வீட்டுக்குப் பின்னாலிருந்த பெரேரா விளையாட்டுத் திடலில் தினமும் கிரிக்கெட் விளையாடுவார்கள். ஜோஷ்வா அங்கு விளையாடும் பலருக்கும் முன்னுதாரணமான விளையாட்டு வீரன். சிறிமாவுக்கு தந்தையாகவும், ஊருக்கு விளையாட்டு நாயகனாவும் இருந்த ஜோஷ்வா, பெரேரா

விளையாட்டுத் திடலுக்கே அடையாளம். அவனது சுழல் பந்து வீச்சினை எதிர்கொள்வதற்கு கொழும்பின் பல மூலைகளிலிருந்து எத்தனையோ வீரர்கள் வந்தார்கள். அவனது விரல்களுக்குள் ஒளிந்திருக்கும் வித்தையை ஓடித்தெறியத் திமிறினார்கள். மைதானத்தின் மேற்கு மூலையில் நெருப்பு மூட்டி, டென்னிஸ் பந்தின் வெளிப்புறத்தினை நன்றாக வாட்டுவார்கள். ஒவ்வொரு அணியும் தாங்கள் துடுப்பெடுத்தாடும்போது, நெருப்பில் பதப்படுத்தி - தோல் கருகிய - பந்தினை, எதிர்த்தரப்பிடம் கொடுத்து, அதனை வீசச்சொல்வார்கள். துடுப்பில் படுகின்ற ஒவ்வொரு பந்தும் எல்லைக்கோட்டைத் தாண்டிப் பறக்கும். சிலவேளைகளில் பந்து வெடித்தால், வாட்டப்பட்டு, தயாராகவிருக்கும் அடுத்த பந்து, மைதானத்திற்குள் வரும்.

இது என்ன விளையாட்டென்றே பெயர் தெரியாத காலம் முதல், சிறிமா இந்த ஆக்ரோஷங்களைக் கண்டு வளர்ந்தாள். அப்போதெல்லாம், பின் மதில் பக்கமாகக் கதிரையொன்றை வைத்து சிறிமா எட்டிப்பார்ப்பாள். தன் தகப்பன் எல்லோருக்கும் சவாலான சுழற்பந்து வீரனாக மைதானத்தில் நிற்பதைப் பார்க்கையில் பெருமையாக இருக்கும். தகப்பன் வசீகரம் நிறைந்தவனாக அவளுக்குள் வளர்ந்தான்.

ஒரு ஞாயிற்றுக்கிழமை மதியம் பெரேரா பார்க்கில் துப்பாக்கிச் சூட்டுச் சத்தமும் அதைத் தொடர்ந்து கூச்சல்களும் கேட்டன. சிறிமா பின் சுவர் வழியாக எட்டிப் பார்ப்பதற்குள் மைதானம் கலைந்துவிட்டது. அன்றிரவு நீலநிற வாகனமொன்று சிறிமாவின் வீட்டிற்கு முன்னால் வந்து நின்றது. அதிலிருந்து இறங்கிய ஆறு பேர் சிறிமாவிற்கு முன்னால் ஜோஷ்வை இழுத்துச் சென்றார்கள். யாரென்று தெரியாமல் முகங்களை மூடியிருந்த அவர்களோடு தன்னால் இயன்றவரை ஜோஷ்வா போராடினான். சிறிமா பெருங்குரலெடுத்துக் கதறக் கதற அவனை இழுத்துச் சென்றனர். அடுத்த நாள் காலை பெரேரா விளையாட்டுத் திடலில் பந்துகளை வாட்டும் மேற்கு மூலையில் ஜோஷ்வா கைகள் கட்டப்பட்ட பிரேதமாக மீட்கப்பட்டான்.

பிறகான நாட்களில் துணைக்கு யாருமற்ற இருள் சிறிமாவை மூடிக்கொண்டது. அவள் வெளிநாடுகளுக்கு ஆட்களை அனுப்பி வைக்கும் பயண முகவர் மூலம், தன்னிடமிருக்கும் பணத்தைக் கொடுத்து இலங்கைத் தீவை விட்டு வெளியேற எண்ணினாள். பயண முகவர் இவளை தாய்லாந்துக்கு அனுப்பி வைப்பதாக உறுதியளித்தான். சிறிமா தனது வீட்டிலிருந்த பெற்றோரின்

புகைப்படம் ஒன்றையும், தந்தை அணிந்து விளையாடும் மெல்லிய மஞ்சள் நிறத்திலான டி- சேர்ட்டையும் எடுத்துக்கொண்டு தாய்லாந்துக்கு விமானத்தில் புறப்பட்டாள்.

தாய்லாந்தில் சமுவி தீவின் கிழக்குப் பக்கமாக உள்ள கடைகளில், இலங்கைச் சுவையில் தேனீர் தயாரிப்பவளாக முதலில் வேலைக்குச் சேர்ந்துகொண்ட சிறிமா, அந்தக் கடை உரிமையாளனின் மனைவி சுலோகாவின் உதவியுடன் தாய்லாந்து மசாஜ் பணியை தெரிந்துகொண்டாள்.

நன்றாக ஆங்கிலம் பேசத்தெரிந்த சிறிமாவுக்குப் புதிய தேசமோ தொழிலோ பிரச்சினையாகத் தெரியவில்லை. சுலோகாவுடன் சென்று, கிண்ணங்களிலிருந்த தைலங்களை மாறி மாறி அவளுக்கு ஏந்தி நின்று அவதானித்தவரையில், மசாஜ் செய்வதொன்றும் கடினமான வேலையாகத் தெரியவில்லை. மசாஜ் விடுதியொன்றில் முழுநேரப் பணியாளாகச் சேர்ந்தாள்.

(3)

முதல்நாள் தனியாக வேலையை ஆரம்பிக்கச் சென்றபோது, ஆஸ்திரேலியாவின் பிரபல விளையாட்டு வீரன் லியோ, மசாஜ் அறையின் உள்ளே இருப்பதாக சிறிமா அறிந்தபொழுது நினைவில் துப்பாக்கி வேட்டொலி ஒருகணம் அதிர்ந்தது. தந்தை ஜோஷ்வாவின் வாசம் நினைவில் அலைகளாய் விரிந்தது. அவள் உள்ளே சென்றதும் லியோவைப் பார்த்து ஒரு புன்னகை அளித்தாள்.

“அண்மையில் ஏதாவது சத்திர சிகிச்சை செய்துள்ளீர்களா? உடம்பில் இரத்த அழுத்தம், நீரிழிவுச் சிக்கல்கள் உள்ளதா? வெளிக்காயங்கள் ஏதாவது.........”

“இல்லை.. அப்பிடியெதுவும் இல்லை.”

அவனது மினுக்கமான தேகத்தில் பஞ்சு போன்ற நரைமுடி, நெஞ்சில் மாத்திரம் கற்றையாக இருந்தது. முதுகெங்கும் நுளம்பு குத்தியதுபோல சிவப்புச் சிவப்புப் புள்ளிகள். அரை வயோதிபம் தசைகளில் தெரிந்தாலும் அவனது உத்தரவுகளுக்கு அடங்கும் கணக்கான சரீரம், இன்னமும் இளமை தேங்கிக்கிடப்பதை இனங்காட்டியது.

வாடிக்கையாக மஸாஜ் பெற்றுக்கொள்கிற லாவகம் அவனது ஒவ்வொரு செயலிலும் தெரிந்தது. அறையின் வாசலில் மறைப்புக்குத் தொங்கிய செந்நிறச் சீலையைத் தானே இழுத்து

மூடினான். பல வண்ணங்களிலான தாய்லாந்துத் துணியில் அவன் அணிந்திருந்த காற்சட்டை, முழந்தாளுக்கு மேல் இறுக்கமான தொடைவரை ஏறியிருந்தது. கூரான மூக்கு. சிரிக்கும்போது உட்திரண்டு கண்களை மறைக்கும் பழுத்த சருமம். விழிகளில் படர்ந்திருந்த நேரான பார்வை. அனைத்துமே அவன் மீது சிறிமாவுக்கு பரிசுத்தமான எண்ணங்களைத் தோற்றுவித்தது. தொழிலுக்கு வந்துள்ள முதலாவது வாடிக்கையாளன் இவ்வாறு அமைவது தன் அதிஷ்டம் என்றெண்ணி அவள் அகமகிழ்ந்தாள்.

லியோவின் முதுகுத்தண்டின் மீது மூலிகையில் தோய்த் தெடுத்த கொதி கற்களை அழுத்தி அழுத்தி வைக்கத் தொடங்கினாள் சிறிமா. நீள் கோளமான கரிய கற்களை ஒவ்வொன்றாக வைக்கும்போது சிவந்த முதுகுத்தசை சிலிர்த்தது. தொடர்ச்சியான தோள்பட்டைச் சத்திரசிகிச்சைகளால் முழுவுடலும் பல வருடங்களாகவே வலியின் பெருங்கிடங்காகியிருப்பதாக லியோ சொன்னான். அவனது பேச்சில் இயல்பான நெருக்கம் தெரிந்தது. சிறிமா எந்த எதிர்வினையும் இல்லாமல் தசைகளை அழுத்தி நீவி விடுவதில் கவனமாயிருந்தாள். லியோ கேட்டான்.

“உன்னைப் பார்த்தால் தாய்லாந்துக்காரி போல் இல்லையே”

“நான் சிறிலங்கன்.”

“ஓ....லங்கனா?”

“நான் உலகெங்கிலும் மஸாஜிற்காகப் போறவன். இந்தத் தொழிலின் நேர்த்தியை உடல்முழுவதும் நன்று அறிந்தவன். உனது விரல்கள் மஸாஜ் கற்றுக்கொண்டு, வேலை செய்பவையாகத் தெரியவில்லை. இயல்பிலேயே உனது விரல்களுக்குள் ஒரு மந்திர சக்தி சுழன்றுகொண்டிருக்கிறது. உனக்கு கிரிக்கெட்டில் ஆர்வமுண்டா?”

சிறிமா மசாஜ் செய்து கொண்டே இருந்தாள். லியோ தொடர்ந்து சொன்னான்.

“நீயொரு சுழற்பந்து வீச்சாளராக வர விரும்பினால் சொல்லு. நான் பயிற்சி தருகிறேன். உன் விரல்களுக்குள் இருக்கின்ற லாவகம், பல அதிசயங்களைச் செய்யக்கூடியது.”

லியோ தொடர்ந்து பேசிக்கொண்டுவந்த வார்த்தைகள், ஒரு கட்டத்தில் சிறிமாவின் கழுத்தை நெரித்தன. பெரேரா விளையாட்டுத்திடலின் சத்தங்கள் பெருந்திரளாய் அவளுக்குள் நுரைத்து எழுந்தன. முதுகில் வைத்து அழுத்தும் கற்கள்,

வாட்டியெடுத்த டென்னிஸ் பந்துகள்போல தன் கைகளுக்குள் திரண்டுகொள்வதாய் சிறிமா உணர்ந்தாள். மைதானத்தின் மேற்கு மூலையில் கிடந்த தந்தையின் பிரேதம் மஸாஜ் அறையின் ஒவ்வொரு மூலையிலும் தெரிந்தது. கோபத்தின் உச்சத்தில் கைகளிலிருந்த மூலிகைக் கற்களை அழுத்திப் பிதுக்கினாள். வெடித்த உதடுகளால் அழுகை பீறிட்டது. லியோ துடித்தெழுந்தான். கண்ணீர் பிரிந்த செந்நிற விழிகளோடு நின்றுகொண்டிருந்த சிறிமாவைப் பார்த்து வெருண்டுபோனான்.

(4)

லியோ தங்கியிருந்த சமுஜானா உல்லாச விடுதியின் மூன்றாவது மாடியில் சமுவி தீவின் ஒட்டுமொத்த அழகையும் தரிசிப்பதற்காக, ஓரங்களில் தோட்டங்கள் வழியும் விசாலமான பல்கனியொன்றிருந்தது. விடுதிக்கும் கடலுக்குமிடையில் தெரிகின்ற பெருமரங்கள், காலடியில் ஊஞ்சலாடுவதைப்போலத் தலையாட்டும்.

சிறிமா தன் மேல் உதடுகளை மெல்ல மெல்ல உள் நுழைத்து, செரமிக் குடுவையிலிருந்து சூடான தேனீரைப் பருகினாள். அதனை சாய்மனைக்கதிரையில் கால் நீட்டிக்கிடந்த லியோ பார்த்துக்கொண்டிருந்தான். கடலைப் பருகுவதுபோல தொலைவைப் பார்த்திருந்த சிறிமா, அவன் பார்வை தன்னில் படர்வதை உணர்ந்து திரும்பிக் கேட்டாள்.

"எத்தனை வருடங்களாக கிரிக்கெட் விளையாடியதாகக் கூறினீர்கள்?"

"பதினாறு. உனது அப்பாவுக்கு நிச்சயம் என்னைத் தெரிந்திருக்கும்."

ஒரு வாரமாக லியோ தங்கியிருக்கும் அறைக்குப் பிரத்தியேக மஸாஜ் வழங்குவதற்குத் தினமும் வந்து போகிறாள் சிறிமா. ஒரு அந்நிய ஆணின் அண்மையை சிறிமா மிகப்பாதுகாப்பாக உணர்ந்தாள். தொலைகடல் சாட்சியாக தனது காயமான வாழ்வின் தடங்கள் அனைத்தையும் அவனுடன் பகிர்ந்துகொண்டாள்.

சிறிமாவின் கைகளைத் தன் இரண்டு உள்ளங்கைகளுக்குள் வைத்து மூடிய லியோ "நீ ஒரு கிரிக்கெட் வீரனின் மகள். பெருமைக்குரிய மனிதனின் பெண் வாரிசு. இந்தக் கைகள் உன் வாழ்வில் உயரப் பறப்பதற்காகப் படைக்கப்பட்ட அதிசயச் சிறகுகள்"

அவனது தடித்த விரல்களுக்குள் இதழ்விரித்த தேமாப் பூக்கள் போல சிறிமாவின் கைகள் வியர்த்துக்கிடந்தன. அதில் அவ்வளவு ஈரமும் மகரந்தமும் சேர்ந்திருந்தன.

சிறிமாவிற்குள் படர்ந்திருந்த அழுத்தத்தைக் கரைப்பதற்கு லியோ, தனது நிதானமான வார்த்தைகளைக் கோர்த்தெடுத்தான்.

“கிரிக்கெட்டினால் நான் ஈட்டிய போதை மிகப்பெரியது சிறிமா. வெற்றிகளின் மீது பெரும் பூதம்போல படுத்திருந்தேன். இறுமாப்புடன் இதயம் சிலிர்த்தேன். இவற்றால் பெண்கள் பலர் எனக்குள் நுழைந்தார்கள். கிரிக்கெட் மீதான எனது போதையை தங்கள் மீது சூடிக்கொள்ள என்னிடமே சூதாடினார்கள். என் வாழ்வில் வந்த அத்தனை பெண்களும், தங்களுக்காக நான் தோற்றுப்போவதை தங்கள் வசீகரக் கண்களால் பார்த்து மகிழ்ந்தார்கள்.” கொஞ்சம் இடைவெளி விட்டு “என் மகளைத் தவிர” என்று சொல்லி முடித்தான்.

சிறிமா அவனைப் பார்த்தபடியே இருந்தாள்.

“என்னை என் வழியில் வாழ அனுமதித்த ஒரேயொரு பெண் என் மகள் மட்டும்தான். அவளுக்கு நான் எப்போதும் ஒரு கிரிக்கெட் நட்சத்திரம். சாதனைகளைக் குவிக்கும் பெருமைக்குரிய தகப்பன். என் அடையாளமே, தன் அடையாளம் என்று எண்ணிப்பூரிப்பவள். அவளது அன்பு நித்தியப் புதுமைகொண்டது.”

“அவளது பெயர் என்ன”

“ஸாரா...”

சிறிமா ஒரு தடவை தானும் அந்தப் பெயரைச் சொல்லிப் பார்த்தாள்.

சிறிமா அன்று அங்கிருந்து புறப்படும் முன்னர், லியோ தனது நீண்ட மஞ்சள் வண்ணப் பிளாஸ்திக் பயணப்பைக்குள் எதையோ தேடினான். வெள்ளை நிற ரீ சேர்ட் ஒன்றை எடுத்துக்கொண்டு திரும்பினான். அருகில் வந்து அணிந்துவிட்டான். கண்கள் சுருங்கச் சிரித்தான்.

“நான் ஐநூறாவது விக்கெட் எடுத்தபோது அணிந்திருந்த ரீஷேர்ட் இது. உனக்கு அணிவிக்கவேண்டும் என்று தோன்றியது”

சிறிமாவுக்குள் வெட்கம் விட்டு விட்டுச் சிந்தியது. அந்தப் பெருமையைத் தானும் ஏந்திப் புன்னகைத்தாள். இயன்றளவு வார்த்தைகளைக் கோர்த்துப் பார்த்தாள். பதில் வரவில்லை.

அவனது கண்களைப் பார்த்து, மீண்டுமொரு தடவை சிரித்தாள். அப்பொழுதிற்கு அதுவே போதுமாயிருந்தது.

(5)

அடுத்த நாள் காலையில் சமுஜானா ஹோட்டலின் முன்னால் பொலீஸ் வாகனங்கள் அணிவகுத்து நின்றன. உள்ளே யாரும் அனுமதிக்கப்படவில்லை. கருநீலச் சீருடையணிந்த பொலீஸார் துவக்கில் கைபதித்தபடி, ஹோட்டல் பக்கம் வருபவர்களைத் திருப்பி அனுப்பிக்கொண்டிருந்தார்கள். வாசலில் வெளிநாட்டவர்கள் பலர் நின்றிருந்தனர். ஓட்டோவில் வந்திறங்கிய சிறிமா என்ன நடக்கிறதெனத் தெரியாமல் நின்று கொண்டிருந்தாள்.

"ஏன் இங்கே இவ்வளவு பொலீஸார்" என்று ஒருவரிடம் கேட்டாள்.

"ஹோட்டலில் தங்கியிருந்த ஆஸ்திரேலிய கிரிக்கெட் வீரன் ஒருத்தன் செத்துப் போனானாம்."

உயரப் பறக்க உன்னிய பறவையொன்றின் இரண்டு இறக்கைகளும் கருகி, உடல் மட்டும் சடலமாகப் பூமியில் சரிந்ததைப் போல சிறிமா தரையில் கால்மடித்து வீழ்ந்தாள். அன்றாரு நாள் மாலையில் தகப்பனை இழுத்துச் சென்று நீல நிற வாகனத்தில் ஏற்றியபோது, அவன் கதறிய சத்தம் காதருகில் கேட்டது. கண்கள் இருண்டன.

விறைத்த கைகளை நிதானமாகத் தரையில் ஊன்றி எழுந்தாள். தன் பக்கம் வந்துகொண்டிருந்த ஓட்டோ ஒன்றில் ஏறி வீடு சென்றாள். கால்கள் அவளை நிதானமாகச் சுமந்து சென்று படுக்கையில் வீழ்த்தின. நெற்றி விட்டு விட்டு வலித்தது. அழுவதற்குக் குரலெடுக்கமுடியாமல், தாடைகள் இறுகிக்கிடந்தன.

அவள் பின்னாலேயே வந்ததுபோல, யாரோ பலமாகக் கதவைத் தட்டினார்கள்.

எழுந்து சென்று திறப்பதற்குள், கதவை நெட்டித்தள்ளியபடி கருநீலச் சீருடையில் நாலைந்து பொலீஸார் உள்ளே பாய்ந்தார்கள். நீண்ட துப்பாக்கி முனைகளைக் கண்டு மிரண்ட சிறிமா அச்சத்தில் பின்பக்கமாகச் சரிந்து அறைச் சுவரோடு மோதி விழுந்தாள். பொலீஸார் கறுப்புத் துணியால், முகத்தை மூடி, குப்புறப்போட்டார்கள். தாய்லாந்து மொழியில் கத்தினார்கள். அச்சத்தில் திமிறினாள்.

வாகனமொன்றிற்குள் தூக்கி வீசப்பட்டாள். எதைப்பற்றியும் எண்ணிக்கொள்ளமுடியாத இருளின் வெக்கைக்குள் அவளின் உடல் துவண்டது.

(7)

லமாய் கபு பொலீஸ் நிலையத்திலிருந்து விடுதலை செய்யப்பட்ட சிறிமா, தாய்லாந்து - பட்டாயாவின் தேனுகாரி நதிக்கு அருகிலுள்ள மஸாஜ் நிலையமொன்றில் ஆஸ்திரேலியப் பெண்ணான ஜோர்ஜியாவுக்கு மஸாஜ் வழங்கிக்கொண்டிருந்தாள். வசீகரமான அவளது உடலின் அத்தனை வளைவுகளும் மஸாஜ் செய்வதற்கென்றே வனைந்து வைத்ததைப்போல போதிய அளவுகளில் வளர்ந்திருந்தது.

தனது ஐம்பதாவது பிறந்த தினத்தைக் கொண்டாடுவதற்கு ஆஸ்திரேலியாவிலிருந்து தோழிகளோடு வந்திருப்பதாகத் தானாகவே தகவல் சொன்னாள் ஜோர்ஜியா. பட்டாயவுக்குத் தொழில் செய்ய வந்த நான்கு வருடங்களில் பல ஆஸ்திரேலியர்களுக்கு சிறிமா மஸாஜ் செய்திருக்கிறாள். அந்த நாட்டின் பெயரைக் கேட்கின்றபோதெல்லாம், அவளுக்குள்ளிருந்த விலகாத வியப்பும் பழகிப்போன பயமும் இப்போதெல்லாம் எண்ணங்களிலிருந்து வடியத் தொடங்கிவிட்டது.

ஆனாலும் ஜோர்ஜியாவின் உரையாடலின் ஒரு முனையைப் பற்றிக்கொண்டு சிறிது பேசிக்கொள்வதற்கு சிறிமாவுக்குள் சிறு ஏக்கம் துளிர்த்தது.

வைரப்பொடியைத் தூவிவிட்டதைப்போன்ற மினுங்கும் கேசமும் வயதறியாக தேகமும் ஜோர்ஜியாவின் வாழ்வில் எந்தக் கவலையும் இல்லை என்பதுபோன்ற பிரகாசத்தையே வெளிக்காட்டியது. ஆனால், சிறிமா பேசத்தொடங்கிய சில நிமிடங்களிலேயே தான் விவாகரத்தான கதையை காலாவதியாகாத துயரத்தோடு ஜோர்ஜியா பகிர்ந்துகொண்டாள்.

மஸாஜ் நிறைவடைந்த பிறகு தன்னோடு தேனுகாரி நதிக்கரையோரமாக வரமுடியுமா என்று ஜோர்ஜியா கேட்டாள். வேலை முடியும் நேரம்தான். சிறிமாவுக்குப் பிரச்சினையில்லை. தைலக் கரங்களை வெந்நீரில் அலம்பிவிட்டுப் புறப்பட்டாள்.

தனது அருகாமையை மிகப்பாதுகாப்பாக ஜோர்ஜியா உணர்கிறாள் என்பது சிறிமாவுக்கு புரிந்தது. தேனுகாரி நதிக்கரை வாத்துகளுக்கு தீனிகளை எறிகின்ற சுற்றுலாவாசிகள் நிறைந்த

இடம்வரை வந்து, தாமரைக்கோபுரம் ஒன்றின் முன்னால் புற்றரையில் இருவரும் அமர்ந்தார்கள். அப்போது ஜோர்ஜியா தனது கைப்பையிலிருந்து வண்ணப்படமொன்றை எடுத்து, தனது முன்னாள் கணவரும் தானும் எடுத்துக்கொண்ட கடைசிக் காட்சியை சிறிமாவுக்குக் காட்டினாள்.

சுருங்கிய கன்னங்கள். மெல்லிதான சிரிப்பிலேயே கன்னத்தசைக்குள் தாழ்ந்துபோகின்ற சிறிய கண்களில் காதலின் பொன்னொளி பரவியபடி லியோ மிகவும் உற்சாகமாக ஜோர்ஜியாவின் அணைப்பிற்குள் நின்றுகொண்டிருந்தான்.

“காதல்தான் இந்த உலகின் மிகக்கொடிய நோய் தெரியுமா”

ஜோர்ஜியா சொன்ன வார்த்தைகளால் திடுக்குற்றுத் திரும்பினாள் சிறிமா. அவள் இயல்பாக சிறிமாவின் கைகளை எடுத்துத் தன் கைகளுக்குள் வைத்துக்கொண்டாள்.

அமரத்துவம் வாய்ந்த காதல் போதை ஜோர்ஜியாவின் கண்களில் ததும்பியது. விட்டகன்ற பெருமகிழ்வின் ரேகைகள் இன்னமும் அவள் விழிகளில் தெரிந்தது. லியோவைப் பற்றிப் பேசத்தொடங்கியபோது, அவளின் விழிகளில் காதல் சித்திரங்கள் வண்ணங்களாய் விரிந்துகொண்டே சென்றன.

ஜோர்ஜியா தனது ஐம்பதாவது பிறந்த தினத்தை முடித்துக்கொண்டு சமுவித்தீவுக்குப் போகவேண்டும் என்றாள். லியோவுக்காக அங்கு அமைக்கப்பட்டுள்ள நினைவிடத்தைப் பார்க்கவேண்டுமென்றாள்.

தாமரைக் கோபுரத்துக்கு அருகிலிருந்த கோவிலில் மணியோசை கேட்டது.

தேனுகாரி நதிக்கரையோரமாக மஸாஜ் நிலையம்வரை மீண்டும் இருவரும் நடந்து வந்தார்கள். நதியின் மேற்பரப்பில் படர்ந்திருந்த மாலைச் சூரியனின் பொன்னொளியில் இருவரது நிழல்களும் நீள் உருவங்களாக அவர்களின் முன்னால் நகர்ந்து கொண்டிருந்தன. மஸாஜ் நிலையத்தருகில் வந்தவுடன் சிறிமாவைக் கட்டியணைத்த ஜோர்ஜியா, தனக்குள் புது வெளிச்சம் பரவியதுபோல கன்னத்தில் முத்தமிட்டாள். சிறிமாவின் விழிகளில் தன்னைப் பார்த்தாள்.

“உன்னைப்போல் ஒருத்தியுடன் இவ்வாறு நெருக்கமாவேன் என்று நான் நினைக்கவே இல்லை”

சிறிமாவின் இதழ்கள் ஜோர்ஜியாவின் பரவசத்தை ஆமோதிப்பதுபோல இசைவுடன் புன்னகைத்தன. பகிர்ந்து கொள்வதற்கு பலதிருந்தும் அவசரமாகப் பிரிவதுபோல இருவரும் உணர்ந்தார்கள்.

"உன் சக்திவாய்ந்த கைகளைப் பற்றியபடி இந்த ஆற்றங்கரை-யிலேயே இருந்துவிடலாமா என்று தோன்றுகிறது சிறிமா"

அந்த வார்த்தைகள் ஜோர்ஜியாவின் மனதிலிருந்து மிகக் கனிந்த சொற்களாக கண்ணீர் அணிந்து வந்து விழுந்தன.

சிறிமா அவளது கைளை இறுகப்பற்றி முத்தமிட்டாள். பின்னர், தனது கைப்பையினுள்ளிருந்து - எப்போதும் தன்னோடு வைத்திருந்த வெள்ளை வண்ண டி-ஷேர்ட்டை - ஜோர்ஜியாவின் கைகளில் வைத்தாள்.

"கடந்து வந்த காலத்தின் நடுக்கம் உங்களுக்குள் பரவியோடி பயம் துளிர்க்கின்றபோது இந்த டீ ஷேர்ட்டை அணிந்துகொள்ளுங்கள் ஜோர்ஜியா. என் கைகளாக எண்ணி இறுகப் பற்றிக்கொள்ளுங்கள்."

படபடக்கும் தனது சின்னக் கைகளால் சிறிமாவின் விரல்களை முத்தமிட்டாள் ஜோர்ஜியா.

வெள்ளி மலர்ச்செடிகள் நிரையாக வைக்கப்பட்டிருந்த தேனுகாரி நதிக்கரையின் மேற்குப் பள்ளத்திலிருந்து சாம்பல் நிறச் சிறகு விரித்த பறவையொன்று எழுந்து பறந்தது. தாமரைக் கோபுரத்துக்கு அருகிலிருந்த சயன புத்தர் சிலையில் போயிருந்து இருவரையும் தலைசரித்துப் பார்த்தது.

பயனிலை

மிளிர் மஞ்சளாய்ச் சடைத்திருந்த கிங்கோ மர நிழல் அச்சிறு வீதியை முழுவதுமாகப் போர்த்திருந்தது. மூத்த புலம்பெயரிகள் கட்டிய அடுக்குமாடி மனைகளை வரிசையாக அணைத்துக்கொண்டு அருகிலேயே மூவான் ஆறு ஆழ்ந்த அமைதியில் தியானத்திலிருந்தது. கிங்கோ மரங்களுக்கும் மூவான் ஆற்றுக்குமாகத் தாவிக்கொண்டிருந்த சில மக்பை பறவைகளுக்கு அன்றெரித்த மெல்லிய வெயில் சிறகுலர்த்தப் போதும் போலும். மேகங்களற்ற மெல்பேர்ன் வானம் மென் நீலமாய் தகித்துக்கொண்டிருந்தது.

குழியம்பலம் வீட்டுக்கு வெளியே இரண்டு பக்கமும் விருந்தினரின் வாகனங்கள் போக்குவரத்துக்கு இடையூறின்றி நீண்ட வரிசையில் நிறுத்திவைக்கப்பட்டிருந்தன. அந்த நாட்களில் ஆஸ்திரேலியத் தமிழ்ச் சனங்கள் தங்களுடைய கௌரவத்தின் அடையாளமாக விரும்பிய 'வோல்வோ' கார்கள்தான் பல வண்ணங்களில் அங்கே நின்றன. தன்னுடைய அதி நவீன கறுப்பு நிற 'சுபரூ'காரை குழியம்பலம், வீட்டு வளாகத்திற்குள் - வாசலுக்கு நேராக - நிறுத்தியிருந்தார். இலக்கத்தகட்டில் "TAMIL" என்ற ஆங்கிலச் சொல்லைத் எதிர்வளமாகப் போட்டு "LIMAT" என்று எடுப்பாகப் பொருத்தியிருந்தார் குழியம்பலம். விக்டோரிய வாகனப் பதிவு அலுவலகத்தில் கூடுதல் பணம் கொடுத்துப் பெருமையோடு வாங்கிக்கொண்ட இலக்கத் தகடு அது.

தமிழர் உரிமைகளுக்காகப் போராடுவதாகச் சொன்ன விடுதலைப்புலிகள் அமைப்பின் ரமணனும் அப்படித் தாங்களும் போராடுவதாக ஆயுதமேந்திருந்தியிருந்த டெலோ அமைப்பின் முகுந்தனும் இலங்கையிலிருந்து ஆஸ்திரேலிய தமிழ் அமைப்புகளுடனான சந்திப்புக்கு அன்று வந்திருந்தனர்.

மெல்பேர்னில் இயங்கும் பல தமிழ் அமைப்புகளின் பிரதி-நிதிகள் அன்று அங்கு பிரசன்னமாயிருந்தனர்.

ஆயுதப் போராட்டத்தின் வழியாக விடுதலையைப் பெறலாம் என முடிவெடுக்கப்பட்டிருந்த அக்காலப்பகுதி, இலங்கையின் பல்வேறு பகுதிகளைப்போல, வெளிநாடுகளிலுள்ள தமிழர்களின் மத்தியிலும் பதற்றங்களைப் பெருக்கியிருந்தது. தவண்டு ஓடிக்கொண்டிருந்த பல நிறமேறிய தமிழ் இயக்கங்களில் யாருக்கு ஆதரவளிப்பது என்பதில் மக்களுக்கு ஏராளம் குழப்பங்கள்.

புலிகளும் டெலோவும் போராட்டத்துக்குத் தகுதியானவை என்று சிலர் நம்பினார்கள். அந்த இரண்டு அமைப்புக்களின் வழியாகவும், இலங்கையில் தாங்கள் விட்டுவந்த தேசத்தை மீட்டுவிடலாம் என்ற நம்பிக்கை இவர்களுக்குள் முகிழ்த்திருந்தது.

இந்த இரண்டு இயக்கங்களுக்கும் தாங்கள் உழைத்த வெள்ளிப்பணத்தை வெளிநாட்டவர்கள் வாரிக்கொடுத்தார்கள். உரத்த குரலில் அறிக்கைகளை எழுதினார்கள்.

அந்த நிதியை நேரில் வாங்கிப் போகவும் இன்னும் நிதி வேண்டும் என்று சொல்லிக்கொள்ளவும்தான் ரமணனும் முகுந்தனும் மெல்பேர்னுக்கு வந்திருந்தனர்.

எல்லோரும் நிறைந்திருந்த வீட்டின் மிகப் பெரிய ஹாலின் நடுவில் ரமணனுக்கும் முகுந்தனுக்கும் அகன்ற இரண்டு இருக்கைகள் ஒதுக்கப்பட்டிருந்தன.

போரில் உயிர் நீத்தவர்களுக்கு வணக்கம் செலுத்தப்பட்டது. கூட்டம் ஆரம்பமாகிச் சிறிது நேரத்தில், ஓயாது ஒலித்த தொலைபேசியை எடுத்துப் பேசினார் குழியம்பலத்தின் மனைவி யோகா. கையில் றிஸீவரை வைத்துக் கொண்டே அவசரமாக கணவரை உள்ளே அழைத்தார்.

இலங்கையிலிருந்து எடுக்கப்பட்ட இரகசிய அழைப்பென்று புரிந்த குழியம்பலம், ஒரு காதைச் சாத்திக்கொண்டு மறு காதில் தகவலைக் கேட்டார். சொல்லப்பட்ட செய்தியால் அவருக்குக் கைகளும் குரலும் நடுங்கத் தொடங்கியது. அருகிலிருந்து கதிரையைப் பிடித்தபடி அமர்ந்தார். யோகா அருகில் ஓடிவரவும், தண்ணீர் கொண்டுவரும்படி சைகை செய்தார். கூட்டத்துக்கு வந்திருந்தவர்களுக்குப் பரிமாறுவதற்கு உள்மேசையில் பரப்பி வைக்கப்பட்டிருந்த உணவு வகைகளில் கருகிய வாடை வீசுவதுபோலிருந்தது குழியம்பலத்துக்கு.

டெலோவின் முக்கிய தளபதி கதிர்மோகனை யாழ்ப்பாணம் ஆலையடிச் சந்தியில் வைத்து புலிகள் சுட்டுக்கொன்றுவிட்டார்கள்.

கதிர்மோகனின் தலை சிதறிய உடலை எடுத்த டொலோ, உடனடியாகவே பதிலடி கொடுப்பதற்கு, புலிகளின் முகாம் ஒன்றிற்குள் புகுந்து, நான்கு பேரைக் கண்களைக் கட்டி இழுத்துச் சென்றிருக்கிறார்கள். இரண்டு இயக்கங்களும் கண்ட இடத்தில் ஆளையாள் இரத்தப்பலியெடுப்பதற்குக் காத்துக் கொண்டிருக்கிறார்கள். வெகுநாள் உட்பகை வெடித்துவிட்டதாக யாழ்ப்பாணத்திலிருந்து சொல்லிமுடித்த புலிகளின் வெளிநாட்டுப் பொறுப்பாளர், தொலைபேசியை உடனடியாக ரமணனிடம் கொடுக்கச் சொன்னார்.

தனது வீட்டுக்குள் அதுவரை நுழைந்திராத இருள் படர்ந்துகொண்டுவருதை குழியம்பலம் உணர்ந்தார். வெளியே ஆற்றங்கரையோர கிங்கோ மரங்கள் பெரும் சுவாலையுடன் எரிந்து மணந்தன.

ரமணனும் முகுந்தனும் ஆஸ்திரேலியாவுக்கு வந்த இருவழி விமானச்சீட்டுக்கள் ரத்து செய்யப்பட்டன. மெல்பேர்ன் தமிழ் தேசியப் பேரவையின் செயலாளர் ராஜவேலன் ஏற்பாடு செய்தபடி, இருவரும் வெவ்வேறு விமானங்களில் இலங்கை போவதற்கு டிக்கெட் பதிவு செய்யப்பட்டது. தன் வீட்டில் தங்கவைத்திருந்த ரமணனை அடுத்தநாள் காலை ராஜவேலன் தனது காரில் கொண்டுபோய் வழியனுப்பிவைத்தார். முகுந்தனை அன்று மாலை நேர விமானத்தில், விமானநிலையம் வரைக்கும் தனது ‘சுபரூ’ காரில் கொண்டுபோய் பயணம் அனுப்பிவைத்த குழியம்பலம் “எதையும் யோசிக்கவேண்டாம். பிரச்சினை சரிவரும்” என்று கூறி, ஆஸ்திரேலியாவில் இரண்டு அமைப்புக்களுமென ஒன்றாகச் சேர்த்த பணத்தில் ஒரு தொகுதியை முகுந்தனின் கையில் பச்சைப்பையொன்றில் வைத்து ரப்பர் பாண்ட் போட்டுக் கொடுத்தார்.

மெல்பேர்ன் பெருஞ்சலனமடைந்தது. தமிழ் தேசத்துக்காக அடுத்த சந்தியில் காத்துக்கொண்டிருந்த விடுதலை, வீணாக விழுந்து காயமடைந்துவிட்டதுபோல பதற்றமானது.

தமிழ் அமைப்புக்களுக்கு இடையிலான கூட்டங்கள் வழக்கம்போல - தனித்தனியாக அவசர அவசரமாக நடைபெற்றன.. புலிகளுக்கும் ரெலோவுக்கும் இடம்பெற்ற விரிசலின் நீட்சியான பல கதைகள், காவோலைகளாக எல்லோர் செவிகளுக்குள்ளும் சரசரக்கத் தொடங்கியது.

ஞாயிற்றுக்கிழமை மெல்பேர்ன் தமிழ்க்கடைகளில் ஆளையாள் காணும்போது, புலிகள் - ரெலோ பிளவு பிரதான பேச்சானது. வாங்கிய பொருட்களுக்குச் செலுத்திய பணத்துக்கு, மீதிக் காசு வேண்டுவதற்குக்கூடப் பலருக்கு அவகாசமிருக்கவில்லை. கடைக்கு உள்ளேயும் வெளியேயும் நின்று புதுச் செய்தி சொல்பவர்களிடம் பலர் குறி கேட்டார்கள்.

இந்த நிலையில், ரெலோ என்ற அமைப்பு தமிழர்களின் தேசிய வேட்கைக்குக் குழிபறிக்கும் இயக்கமென்ற கூட்டு முடிவுக்குள் மெல்பேர்ன் தமிழர்கள் எல்லோரும் கிட்டத்தட்ட ஒற்றுமைப்பட்டார்கள். ஆனால், உதிரிகளாகச் சிலர் ரெலோ மீதான உரிமை மீறல்களைக் கண்டித்தார்கள். ரெலோ அமைப்புக்குப் பரிந்து பேசிய தேவசகாயம் மாஸ்டர், ஒருநாள் ஞாயிற்றுக்கிழமை தமிழ்க்கடைக்கு வந்தபோது, நல்லெண்ணைப் போத்தலோடு தள்ளி வீழ்த்தப்பட்டார். அவரது மனைவி - "புலியள் அடிக்கிறாங்கள்" என்று ஆங்கிலத்தில் குழறியதால், பக்கத்திலிருந்த லெபனான் கடைக்காரன் ஓடிவந்து பார்த்து குழம்பிப்போய்விட்டான்.

அதற்குப் பிறகு மெல்பேர்னில் ரெலோ அமைப்புக்குப் பரவலாக எதிர்ப்புக் கிளம்பியபோதுதான், ஜேசுதாஸின் கச்சேரிக்கு வந்த குழியம்பலத்தின் 'சுபரூ' கார் முதன் முதலாகத் தாக்கப்பட்டது.

அன்றைய தினம், "ப்ரமதவனம் வேண்டும்..." - என்று ஜேசுதாஸ் மலையாளப் பாட்டைத் தொடங்கியதும் "இனி போவம்...." - என்று மனைவி யோகா இரகசியமாகச் சுரண்ட, கார் பார்க்கிற்கு வந்த குழியம்பலம், கார் முழுவதும் பெயின்ட் உரியும் வரைக்கும் தாறுமாறாகப் பிறாண்டிக் கிடப்பதைக் கண்டு மிரண்டுவிட்டார். தனது காரை உடைக்கவேண்டும் என்று யாரும் இதனைச் செய்யவில்லை, எரிச்சலைக் கிளப்பவேண்டும் என்ற ஒரே நோக்கத்துக்காகத்தான் தனவியிருக்கிறார்கள் என்பது புரிந்தது.

அவரது மனைவிக்கு அந்த நிதானமிருக்கவில்லை. பொலீஸைக் கூப்பிடப் போவதாகக் கூவினார். கச்சேரி மண்டபத்துக்கு வெளியே, பூட்டியிருந்த கடைத் தாழ்வாரத்திற்குள் 'சிவாஸ் ரீகல்' போத்தலோடு பகிர்ந்துகொண்டிருந்த இரண்டொருவர் சத்தம் கேட்டு வந்து காரைப் பார்த்தார்கள். தங்கள் பங்குக்கு ஆச்சரியப்பட்டார்கள்.

அடுத்தநாள், ஜேசுதாஸ் கச்சேரியைவிட குழியம்பலத்தின் கார் காயமடைந்த கதை மெல்பேர்னின் சகல தமிழ் தொலைபேசிகள் வழியாகவும் வழிந்தோடியது. மதியத்துக்கு முன்னரே, “இது புலிகளின் வேலையாகத் தானிருக்கும்” - என்று வள்ளுவர் சங்கத் தலைவர் கணேசலிங்கம், குழியம்பலத்தின் வீட்டுக்கு இரகசியமாக வந்து சொல்லிவிட்டுப்போனார். ஏற்கெனவே ரெலோக்காரர் ஒருவரை வீட்டில் வைத்திருந்து அனுப்பியவர், டெலோக்காரனை ஏற்றிய காரின் உரிமையாளர் என்ற எல்லாக் காரணங்களின் அடிப்படைகளிலும் இந்தத் தாக்குதல் உத்தியோகபூர்வமாக நடத்தப்பட்டிருப்பதாகவே தான் நம்புவதாக கணேசலிங்கம் உறுதியாகச் சொன்னார்.

குழியம்பலம் இதனை எதிர்பார்க்கவில்லை. ஆஸ்திரேலியாவுக்கு வந்தநாள் முதல், புலிகளுக்கு ஆதரவான சீவன் அவர். இப்போதும் கூட, ரெலோவின் நியாயம் எதுவாக இருப்பினும், தான் புலிகளின் பக்கம் என்று அங்கம் வகிக்கும் எல்லாக் கூட்டங்களிலும் வலியுறுத்திக்கூறுபவர். அப்படிப்பட்ட தேச விரும்பியை - மூத்த புலம்பெயரியை - சுபரூ வைத்திருக்குமளவுக்கு சமூக அந்தஸ்து கொண்டிருந்தவரை - ஒரேநாளில் மெல்பேர்ன் தமிழ் சமூகம் ஒரு நாசகார சக்தியாக முட்டித்தள்ளியது.

குழியம்பலம் புளொட்டுக்குக் காசு கொடுத்த கதையும் மெல்பேர்ன் சனத்துக்குத் தெரிய வர, அவர் எந்தத் தமிழ் நிகழ்வுக்குப் போனாலும், பழைய கார்போலக் கடந்து செல்லப் பட்டார்.

காலம் ஒரு கருநாகம் போல அவரது காலடியில் கிடந்தது. குழியம்பலம் உடைந்துபோனார்.

தனது சுபரூ காரை எப்படியாவது விற்றுவிடவேண்டுமென்று முடிவெடுத்த குழியம்பலம், தனக்குத் தெரிந்த எல்லா காராஜ்-களுக்கும் போய் வந்தார். அந்தக் கார் தன்னோடு திரியும்வரைக்கும் தன் மீதான வன்மமும் அதற்கான ஆதாரமும் எல்லோர் கண்களிலும் சுடர்விட்டபடியிருக்கும் என்று உள்மனது அவருக்குப் புத்தி சொன்னது.

அந்த நேரம் பார்த்து. குழியம்பலத்தின் மகள் நிசாந்தினி திருமணமானாள். அவள் தனி வீடு போகும்போது, தகப்பனின் காரை தனக்குத் தருமாறு விநயமாகக் கேட்டாள். அந்த சுபரூ காரில்தான், தகப்பன் தன்னை ரியூசன்களுக்கு ஏற்றி இறக்கியதாகவும் அந்தக் கார் தனக்கு மிகவும் அதிஸ்டமானது

என்றும் மிகுந்த அப்பாவியாய் திருமணத்தின்போதுகூட தனது சிற்றுரையில் குறிப்பிட்டுக் கண் கலங்கினாள். வேறு வழியின்றிக் குழியம்பலமும் கூடவே கண் கலங்கினார்.

மகளிடம் காரைக் கொடுப்பதற்கு முன்னர், காரை முழுதாக சேர்விஸ் செய்வதற்காகக் கராஜூக்குக் கொண்டுபோய் வரும்போதுகூட, வீட்டுக்கு முன்பாக உள்ள மூவான் ஆற்றோரமாக நின்று, யாரோ காரை நோக்கி கல்லெறிந்துவிட்டு ஓடினார்கள். பின் சிக்னல் பக்கமாக சிறிய சிராய்ப்பு.

வள்ளுவர் சங்கத் தலைவர் கணேசலிங்கம், இந்தத் தடவை பொலீஸிடம் போகச் சொன்னார். "இந்தக் குரங்குச் சேட்டையள இந்த நாட்டில அனுமதிக்கக்கூடாது மிஸ்டர் குழி" என்றார். குழியம்பலம் மறுத்துவிட்டார். "அது எங்கட சமூகத்துக்கு மேலதான் பொலீஸ்காரன்களுக்கு அவப்பெயரைக் கொண்டுவரும்" - என்றார் நிதானமாக.

அந்தக் காரினை இப்போதைக்கு மகளிடம் கொடுப்பது பாதுகாப்பாகப் படவில்லை. திருமணம் முடிந்து இரண்டு கிழமைகளுக்குப் பிறகு, நிசாந்தினி வீட்டுக்கு வந்திருந்த சமயம், குழியம்பலம் அவளிடம் நிதானமாகப் பேசினார். ராசியான அந்தக் காரைத் தான் விற்கவில்லை என்றும் அது வீட்டு கராஜிலேயே நிற்கட்டும் என்றும் பட்டும் படாமல் சொல்லி, அவளுக்குப் புதிய காரொன்றை வாங்கிப் பரிசளித்தார். சுபரூ காரை நோக்கி பல பழைய நினைவுகளோடு ஓடி வந்தவள், புதிய காருக்குள் துள்ளி ஏறிக்கொண்டாள்.

குழியம்பலத்துக்கு புலிகளையும் டெலோவையும் சேர்த்து வைத்ததுபோல பெரும் நிம்மதியானது.

தனது இரண்டடுக்கு வீட்டின் பின் வளவோடு சேர்ந்திருந்த உதிரியான தாழ்வாரத்திற்குள், சுபரூவை ரிவேர்ஸ் செய்து, அங்கு நிரந்தரமாக நிறுத்திய குழியம்பலம், அதற்கு மேல் பழுப்பு நிற படங்கொன்றை விரித்து மூடினார். சிறிலங்காவில் இரண்டு இயக்கங்கள் பிரிந்த குற்றத்துக்காக, மெல்பேர்னில் அடிவாங்கிக்கொண்டிருந்த அப்பாவி அலுமீனியக் குதிரை, பெரிய போர்வையை இழுத்துப் போர்த்துப் படுத்துக்கொண்டது.

இந்தக் கார் தனது வாழ்வில் இப்போதைக்கு சிக்கலின் சின்னமென்பதை குழியம்பலம் உறுதியாக உணர்ந்துகொண்டார். வாரங்களோ - மாதங்களோ - கடந்துபோகட்டும், இரண்டு இயக்கங்களும் விரைவில் கூட்டுச்சேரும். அவர்கள் சார்பில் மீண்டும்

போராளிகள் மெல்பேர்னுக்கு வரும்போது, இதே காரில் போய் விமானநிலையத்தில் அவர்களை ஏற்றிவரலாம் என்று தனக்குள் சத்தியம் செய்துகொண்டார்.

(2)

ஆனையிறவு முகாம் புலிகளால் கைப்பற்றப்பட்ட வெற்றியின்போது மெல்பேர்ன் நகர மண்டபத்தின் உச்சியில் ஏறிப் புலிக்கொடியைக் கட்டிய நிசாந்தினியின் மகன் கோபி, மெல்பேர்ன் பொலீஸாரால் கைது செய்யப்பட்டான். சட்டத்தரணி சிவவடிவேல் தலைமையில் ஆஸ்திரேலிய வழக்கறிஞர் குழு, கோபியை தண்டனை எதிலும் மாட்டிக்கொள்ளாமல் ஒருவாறு மீட்டுக்கொண்டது.

கோபி என்ற பெயர் அப்போது மெல்பேர்னில் மிகப் பிரபலமானது.

ஆஸ்திரேலியாவில் பிறந்து வளர்ந்தாலும் தமிழ் மீது கோபிக்கு தீராத பற்றிருந்தது. தமிழில் சரளமாகப் பேசவும் எழுதவும்கூட அவனால் முடிந்தது. மிருதங்கம், புல்லாங்குழல், கிற்றார் போன்ற சில வாத்தியங்களை வாசிக்கக்கூடிய கலை மீதான ஆர்வம் அவனுக்கிருந்தது. மூன்று - நான்கு முறை, பெற்றோருடன் இலங்கை போய் வந்தபோது, கண்ட காட்சிகளும் கூடப்படர்ந்துகொண்ட பூர்வீகமும், அவனுக்குள் வற்றாத தமிழ் வெறியாக தேங்கிக் கிடந்தது.

மெல்பேர்ன் இளையோர் அமைப்பின் தலைவனாகக் கோபி தெரிவு செய்யப்படுவதை, மெல்பேர்னில் பல பெற்றோர் விரும்பினார்கள். தங்கள் பிள்ளைகளும் அவன்போல தமிழில் தீராத பற்றோடு திமிர்கொண்டு எழவேண்டும் என்று உதாரணம் காட்டினர்கள். அவனது செயல்கள் எதிலுமிருந்த அளவுகடந்த வேகம் பலருக்கும் ரசிக்கும்படியாயிருந்தது. தமிழ் நிகழ்ச்சிகளில் அவன் மேடையில் கிற்றார் வாசிக்கும் திறன் முதல், அவனது தாயார் நிசாந்தினியின் பழைய 'சுபரூ' காரை ஓட்டும் லாவகம்வரை சகலதும் பலருக்கு பெரும் கிறக்கமாயிருந்தது.

இரண்டாயிரங்களின் இறுதியில் இலங்கையில் போர் நிறைவுக்கு வந்த காலம், கோபி மெல்பேர்ன் தமிழர் விடுதலைக் கழகத்தின் பொறுப்பாளராயிருந்தான். கருகிக் கருகிக் கடைசி விறகில் எரியும் அடுப்புப்போல, தமிழர் தேசம் சுருங்கிக்கொண்டுபோகும் காட்சிகளை அவனால் ஜீரணிக்கமுடியவில்லை.

மெல்பேர்ன் நகர வீதிகளிலும் ஆஸ்திரேலியத் தலைநகரிலும் தமிழ் மக்கள் ஆயிரக்கணக்கில் வந்த எல்லா அறப்போராட்டங்களிலும், அணைக்கமுடியாத வெஞ்சினத்தோடு அலைந்தான். அவனது நிலை குறித்து நிசாந்தினி பெருந்துயரடைந்தாள். பயந்தாள். சில நாட்களில் கோபி வீட்டுக்கே போவதில்லை. ஆஸ்திரேலியாவில் எந்த மாநிலத்தில் போராட்டம் நடந்தாலும், அதற்காக ஆட்களைச் சேர்த்துக்கொண்டு, அங்கு போய் நின்றான். போராட்டங்கள் முடிந்த பிறகு, காரிலேயே தூங்கினான். அடுத்தடுத்த ஊர்களுக்குச் சென்று போர் நிறுத்தக் கோரிக்கைகள் அடங்கிய துண்டுபிரசுரங்கள் வழங்குவது, வெள்ளையின மக்கள் மத்தியில் தமிழர் அவலம் பற்றி உரை நிகழ்த்துவது என்று ஊர்சுற்றியாய்த் திரிந்தான்.

அவனுக்குள் திரண்டெரிந்த தீயை அணைப்பதற்கு அவனுடல் போதவில்லை.

மெல்பேர்ன் நகரின் பேர்க் வீதிக்கு அடுத்துள்ள ரஸல் தெருவில் அன்று அவனும் நண்பர்களும் துண்டுப்பிரசுரங்கள் விநியோகித்துச் சென்றுகொண்டிருந்தார்கள்.

நகர்மைய உயர் மண்டபங்களுக்குள் பணிபுரிபவர்கள், வழக்கம்போல மதிய உணவு நேரத்தில் வெளியே வந்து காலார உலாச் சென்றுகொண்டிருந்தார்கள். பாதையோரம் பவனி சென்றுகொண்டிருந்தவர்கள், குதி உயர்ந்த செருப்பணிந்த சீமாட்டிகள், கடைக்காரர்கள் என்று எல்லோரிடமும் கோபியும் நண்பர்களும் துண்டுபிரசுரங்களைக் கொடுத்தார்கள். “இலங்கை அரசு நடத்துகின்ற கொடிய போரை நிறுத்துவதற்கு ஆஸ்திரேலிய அரசு நடவடிக்கை எடுக்கவேண்டும் என்று உங்கள் எம்.பிக்களுக்கு மின்னஞ்சல் அனுப்புங்கள்” - என்பது அந்தப் பிரசுரங்களின் ஒற்றைக் கோரிக்கையாயிருந்தது.

கோபியின் தூக்கமற்ற விழிகள் பெருங்களைப்பில் சோர்ந்தபடியிருந்தன.

பேரனார் குழியம்பலம் அடிக்கடி கோபியின் கைத் தொலைபேசிக்கு அழைத்தபடியிருந்தார். எடுத்துப் பார்த்தவிட்டு, பேசும் மனமின்றி பொக்கெட்டில் போட்டான்.

அந்நேரம், மதிய வெயிலை மீறி பேர்க் வீதியின் மேல் படர்ந்து நிழல் பரப்பிக்கிடந்த கிங்கோ மரக்கிளைகளிலிருந்து தீடீரென்று கருகும் வாசனை எழுந்தது.

மெல்பேர்ன் நகரின் பேர்க் வீதிக்குள் கோபி தனது காரைத் திரும்பியபோது - அடுத்த அந்தத்தில் - விக்டோரிய

நாடாளுமன்றத்திற்கு முன்னால் - பல நூற்றுக்கணக்கான சிங்களக் கொடிகள் கொந்தளிக்க - பெரும் வெற்றிக் கொண்டாட்டமொன்று நடைபெற்றுக்கொண்டிருந்தது.

துண்டுப்பிரசுரம் கொடுப்பதை நிறுத்திவிட்டுக் காரில் ஏறிய கோபி, தனது நண்பர்களையும் உள்ளே வரும்படி அழைத்தான். எல்லோரும் உள்ளே ஏறிக்கொண்ட சுபரு கார் தற்போது, ஒற்றைப் புலிக்கொடியோடு மிக மெதுவாக ஊர்ந்தது.

தூரத்தில் நடைபெற்றுக்கொண்டிருப்பது பல்லாயிரக்கணக்கான சிங்களவர்களின் போர் வெற்றிக்கொண்டாட்டம் என்பது கோபிக்கும் நண்பர்களுக்கும் தெரிந்தது. தன் இனம் உயிர் பிளந்து வீழ்வதை, தான் கண்ட பூர்வீக நிலம் அழிவதை - மெல்பேர்னிலுள்ள சிங்களவர்கள் கொண்டாடும் பெரும் திருவிழா அதுவென்று புரிந்தது. முகம் முழுவதும் வெற்றிக்களி பூசிய பூரிப்பான பெரும் கூட்டம் அது. அவர்கள் எழுப்பிய ரபான் சத்தங்களும் சலங்கை ஒலிகளும், பூட்டியிருந்த கார் கண்ணாடிகளையும் ஊடுருவி காதில் எரி திரவமாய்த் தெறித்தது.

சிவப்பு மஞ்சள் வண்ணக்கொடியுடன் வந்துகொண்டிருந்த கோபியின் காரைக் கண்டவுடன், பல நூற்றுக்கணக்கான சிங்கக்கொடிகள் அவனை நோக்கிப் பாய்ந்து வந்தன. பேர்க் வீதியை முழுதாக ஆக்கிரமித்தபடி ஓடிவந்த அக்கூட்டம், கோபியின் சுபரு காரின் மீது பாய்ந்தது. வந்தவர்கள், வன்மம் தீர சிங்கக் கொடிகளால் அடித்தார்கள்.

பெரும் வரலாற்றைச் சுமந்து நின்றுகொண்டிருந்த அந்த அடங்காப் பறவையின் மீது ஏறி மிதித்தார்கள். முப்பது வருடங்களுக்கு பின்னரும் வரலாற்றின் எல்லாப் பழிகளுக்குமாக அந்தக் கார் சிதைந்துகொண்டது.

இலக்கியம்: காலத்தின் நரம்பில் கேட்கும் தீரா ஒலி

தெய்வீகன்

செவ்வி கண்டவர் சி.கருணாகரன்

தமிழிலக்கியத்தின் புதிய முகங்களில் ஒன்றாக இருக்கும் ப. தெய்வீகன், ஈழத்திலிருந்து புலம்பெயர்ந்து அவுஸ்திரேலியாவில் (மெல்பேர்ணில்) வாழ்கிறார். பத்திரிகையாளராகத் தன்னுடைய எழுத்துப் பயணத்தை ஆரம்பித்த தெய்வீகன், இப்பொழுது முழுமையான இலக்கியவாதியாகி விட்டார். வாசிப்பு - எழுத்து - உரையாடல், சிந்தனை எல்லாமே இலக்கியம்தான். நட்புச் சூழலும் கூட இலக்கியத்தினுடனேயே வலுத்துள்ளது. அதற்குச் சான்றாக தெய்வீகனின் கதைகள் உள்ளன. மேலும் அவருடைய கதைகளைப் படித்தவர்களின் விமர்சனங்களும் அப்படித்தான் சொல்கின்றன.

தமிழிலக்கியத்தின் புதிய முகம் என்றோம் அல்லவா, நாம் அறிந்திராத புதிய திணையில் - அவுஸ்திரேலியச் சூழலில் - தெய்வீகனின் கதைகள் பொலிகின்றன. ஈழம், ஈழ அரசியல், புலப்பெயர்வு, அதன் துயரங்கள் எனத் தமிழ்ப்பரப்பின் வழமைக்குள் தன்னையும் தன் எழுத்துகளையும் மட்டுப்படுத்திக் கொள்ளாமல், பொதுப்பெருவெளியில் தன்னுடைய பயணத்தை நிகழ்த்துகிறார். அவுஸ்திரேலியப் பூர்வ மக்கள், அவுஸ்திரேலியாவில் குடியேறிய பிற சமூகத்தினர், அவுஸ்திரேலியாவிலும் அதற்கு வெளியேயும் உள்ள ஈழத்தமிழரின் வாழ்க்கை எனச் சகல தளங்களிலும் ஊடுருவித் தன்னுடைய கவனத்தை ஊன்றி எழுதுகிறார். மொழிதலில் - வெளிப்பாட்டில் சற்று வேறானதொரு வேகமும் சுவையும் தெய்வீகனின் அடையாளம். இதுவரையில் "தாமரைக்குள ஞாபகங்கள்" என்ற நினைவுக்குறிப்பு நூலும் "அமீலா", "உன் கடவுளிடம் போ" (தமிழினி வெளியீடுகள்) என இரண்டு சிறுகதை நூல்களும் உலகளாவிய அகதிகளின் நிலையைச் சொல்லும் "நாடற்றவர்களின் கடவுச் சீட்டு (விகடன் வெளியீடு)

என்ற நூலும் "காலியாக்கப்பட்ட நாற்காலியில் அமர்ந்திருக்கும் புலி" என்ற அரசியற் கட்டுரை நூலும் "பெய்யெனப் பெய்யும் வெயில்" என்ற பத்திகளின் தொகுப்பும் வெளியாகியுள்ளன.

இந்த நேர்காணல் தொலைபேசி, இணையம் ஆகியவற்றின் வழியே நிகழ்த்தப்பட்டது.

1. ஊடகம், அரசியல், இலக்கியம் எனத் தொடரும் உங்களுடைய பயண வழியில் எதை நீங்கள் சிறப்பாகக் கருதுகிறீர்கள்?

இலக்கியம் எப்போதும் மனதளவில் பெரும் ஆசுவாசத்தைத் தரக்கூடியது. நான் தனியாகக் களிக்கும் ஊஞ்சல் போன்றது. என்னையும் தன்னையும் ஒருமித்த புள்ளியில் வைத்து உற்சாகமான இரகசிய உரையாடல்களைச் செய்யக்கூடியது. ஆக, இலக்கியத்தை எனக்குப் பிடித்த வேறெந்த விடயங்களுடனும் ஒப்பீடு செய்யக்கூட எண்ணியதில்லை.

ஊடகமும் அரசியலும் எனது ரௌத்திரத்தின் வெளிப்பாட்டுக்கான பெருவெளியாகவே ஆரம்பம் முதல் அமைந்து வந்திருக்கின்றன. பெரும் உண்மைகளையும் நேரடியாக அறச்சீற்றங்களையும் பதிவு செய்வதற்கான மெய் நிகர் களங்களாக ஊடகமும் அரசியலும் செயலாற்றும் என்ற நம்பிக்கை, எனக்குள் முன்பு இருந்தது போல இப்போது இல்லை.

ஊடகத்துறையை சுமார் இருபது வருடங்களுக்கு முன்னர் நான் தேர்ந்தெடுத்துக்கொண்ட காலம், இப்போது முற்றிலும் வேறொன்றாகிவிட்டது. ஊடகவியலும் சரி, அதன் பரிணாமங்களும் சரி வேறு தளங்களுக்குள் கூடு பாய்ந்துவிட்டன. சமூக வலைத் தளங்களின் வழியாகச் சாகுபடியாகும் பல்லாயிரக்கணக்கான செய்திகளினால், எது ஊடகம் என்பதை உய்த்தறிவதே பெரும் சிக்கலாகிவிட்டது. நாம் புழங்கும் தமிழ் ஊடகங்கள் மாத்திரமல்ல, வேற்று மொழி - வெளி நாட்டு - ஊடகங்களுக்கும் இதேநிலைதான். ஆனால், சமகால சகதிகளில் இருந்து வெளியேறி, ஊடகவியலின் அறத்தையும் விசித்திரமான மாற்றங்களையும் உள்வாங்கிக்கொள்வதற்கு, வெளிநாட்டு ஊடகங்கள் பல்வேறு ஆரோக்கியமான வழிகளை நாடுகின்றன. ஆனால், தமிழ் ஊடங்கள்/ஊடகவியல் அவ்வற்றிலிருந்தெல்லாம் பல கிலோ மீற்றர்கள் பின்னுக்கு நிற்கின்றன.

இதேபோல, காலாவதியான - கவலைக்குரிய - களமாகத்தான் நான் புழங்கத்தொடங்கிய இலங்கை அரசியலும்

இன்று அழுகிவிட்டதாக உணர்கிறேன். தேவையான - பெறுமதியானவர்களின் - வெளியேற்றமும், வெற்றுக்கூச்சல்களுடன் குதியாட்டம் போடுபவர்களின் வரவும் இலங்கை அரசியல் தொடர்பில் பெரும் அயர்ச்சியையும் ஏமாற்றத்தையும் தந்துவிட்டன. சமூகத்துக்கான அரசியல் வழி - பிழைகள் எல்லாவற்றின் மீதும் முன்னர் பட்ட கோபங்களையும் அவற்றுக்குப் பெறுமதியிருக்கும் என்று எழுதியவற்றையும் எண்ணும்போது, இப்போதும் பெரும் துயரமே எஞ்சுகிறது.

ஊடகம் - அரசியல் இரண்டிலும் இலங்கைக்கு வெளி-யில்தான் அண்மைக்காலமாக அதிக ஆர்வம் கொண்டிருக்கிறேன். அவை தொடர்பிலான தொடர்ச்சியான வாசிப்பு எனக்குள் புதிய உலகங்களைக் காண்பிக்கிறது. அந்த உலகம், நான் எப்போதும் லயித்திருக்கும் இலக்கியத்துக்கு அண்மித்ததாக உணர்கிறேன். முன்னர் கூறியதுபோல, அது மிகுந்த ஆசுவாசத்தைத் தருகிறது.

2. நீங்கள் கருதுவதைப்போலவே ஊடகமும் அரசியலும் உலகளவிலேயே இன்று மெய்நிகர் களத்தன்மையை இழந்துள்ளது என்ற கசப்போடு – கவலையோடு இந்தத் துறைகளிலிருந்து பலர் வெளியேறி ஒதுங்கிக் கொண்டிருக்கிறார்கள். இலங்கைச் சூழலில் இது இன்னும் மோசமானது என்பதை சமகால நிலவரங்கள் நிரூபிக்கின்றன. இந்த நிலையில் இத்தகைய ஒதுங்கல் – ஒடுங்குதல் சரியானதா? நீங்கள் இலங்கையில் இருந்திருந்தால் எத்தகைய நிலைப்பாட்டை எடுத்திருப்பீர்கள்?

ஊடகவியலை ஜனநாயகத்தின் மூன்றாவது கண், நான்காவது தூண் என்றெல்லாம் கலைச்சொற்களாக அடுக்கி அழகு பார்த்த காலத்தை, இன்று யதார்த்த நிலைக்கூறுகளின் ஊடாக மதிப்பீடு செய்யவேண்டிய காலகட்டத்திலிருப்பதாக உணர்கிறேன். உலகளாவிய ரீதியில் இடம்பெற்ற புரட்சிகள் - சமூக மாற்றங்கள் - விடுதலைப் பரணிகள் எல்லாவற்றிலும் ஊடகங்களுக்கும் ஊடவியலாளர்களுக்கும் மிகப்பெரிய பங்கு இருந்திருக்கிறது. வரலாற்றின் எல்லாப் பக்கங்களிலும் இதனை நாங்கள் படித்திருக்கிறோம். ஆனால், அங்கெல்லாம் மக்களின் வேட்கையும் அவர்களின் நீதியான போருக்கான ஊடகங்களின் பயணமும் சமாந்தரமாக அமைந்திருக்கிறது. சம விகிதத்தில் கலந்திருக்கிறது. அங்கு ஊடகத்தின் பங்கும் பணியும் மிகப்பெரிய அளவில் தேவைப்பட்டிருக்கிறது.

ஆனால், இன்று அந்த நிலை விரும்பியோ - விரும்பாமலோ, தலைகீழ் மாற்றத்தை அடைந்துவிட்டது. ஜனநாயகத்தின் கூறுகள் எதிர் எதிர்த்திசைகளில் பயணம் செய்வதைத்தான் பார்த்துக் கொண்டிருக்கிறோம்.

அதற்குக் காரணம், உலகமயமாதலின் உச்சம் ஒவ்வொரு மனிதனையும் இன்று ஒரு அரசாங்கமாக மாற்றிவிட்டது. உங்களுக்கென்று ஒரு அரசாங்கம் தேவையில்லை என்ற நிலை உருவாகிவிட்டது. அரசாங்கத்திற்குத்தான் தனிமனிதன் தேவைப்படுகிறானே தவிர, கனடாவிலிருப்பவனுக்கும் கண்டி-யிலிருப்பவனுக்கும் கல்வியங்காட்டிலிருப்பவனுக்குமான தேச எல்லைகள் அழிக்கப்பட்டுவிட்டன. சமூக வலைத்தளங்களின் ஊடாக இன்றைய உலகம் எல்லைகளற்ற பெரும் தேசமாகி விட்டது. கடந்த ஐந்து வருடங்கள்வரை பெரும் கட்டுப்பாடு களாகவும் நிபந்தனைகளாவும் பேணப்பட்ட மக்களாட்சிக் கூறுகள் முதல் வரலாற்றுப் படிப்பினைகள் அனைத்தும் கேள்விக்குரியவையாகிவிட்டன.

உதாரணத்துக்கு, இலங்கையின் குக்கிராமத்திலிருக்கக்கூடிய ஒரு ஆள் அரசாங்கத்தின் எந்தத் தயவுமின்றி, பல்லாயிரக்கணக்கான அமெரிக்க டொலர்களை சம்பாதிக்கக்கூடிய நீதியான வழி முறைகளை இன்றைய உலகம் உருவாக்கிக்கொடுத்துவிட்டது. அதனை அடைவதற்கு நீங்கள் தயாரா என்று காலம் ஒவ்வொருத்தரின் முன்பாகவும் வந்து நின்று சொடுக்குப் போட்டு, வசீகரமூட்டுகிறது.

ஆக, பாரம்பரியமாகப் பேணப்பட்டு வந்த ஜனநாயகத்தின் விழுமியங்களையும் ஊடகவியல் போன்ற முக்கிய துறைகளையும், இன்றைய தலைமுறையினர் சிருஷ்டித்துக்கொண்டிருக்கும் புதிய உலகத்தின் முன்னால் நிறுத்தி, அதற்கான பெறுமதியை அளவிடவேண்டிய கட்டாயத்தில் நாங்கள் இருக்கிறோம். இதுதான் யதார்த்தம். விசுவாசத்தின் அடிப்படையில் பழையவற்றின் மீது பரிதாபத்துடன்கூடிய நெருக்கத்தைப் பேணுவது என்பது வேறு. நடைமுறை ரீதியில், காலத்தின் அடுத்த படிக்கற்களை எமக்காக அடுக்கி எடுத்துக்கொள்வது என்பது வேறு.

ஊடகம், அரசியல் உட்பட மக்களாட்சித் தத்துவங்கள் அனைத்துக்கும் ஏற்பட்டிருக்கும் பெரும் சவால் இது. ஒவ்வொரு அரசும் இந்தக் குழப்பத்துக்குள் தத்தளிப்பதை கண்கூடாகப் பார்க்கிறோம்.

இதுபோன்றதொரு சூழலில், இன்று நான் இலங்கை-யிலிருந்திருந்தால், நிச்சயம் பாரம்பரியமான ஊடகவியலில் - பத்திரிகைத்துறையில் - தொடர்ந்திருக்கமாட்டேன்.

3. தொடர்ச்சியான வாசிப்பு, தேடல், விரிந்த உலகப் பயணங்கள், அவற்றிற் பெறுகின்ற அறிவனுபவம் எல்லாம் உங்களுடைய இந்த நிலை மாற்றத்துக்குக் காரணமாக உள்ளன. இத்தகைய நிலைமாற்றத்தை தமிழ்ப் பொதுச்சூழல் வேறுவிதமாக – எதிர்நிலையில் பார்க்குமல்லவா? விட்டோடியாக அல்லது எதிர்ச் சிந்தனையாளராக?

நிச்சயமாக இல்லை. "தமிழ்ப் பொதுச்சூழல்" என்று நீங்கள் கூறக்கூடியவர்கள் உட்பட எங்கள் எல்லோருக்கும் முன்னாலிருக்கின்ற பெரும் சவால் என்ன என்று கேட்டால், முன்னர் நாம் மார் தட்டிய, பெரும்புரட்சித் தத்துவங்களையும் பொருட்கோடல்களையும் எவ்வளவு தூரம், புதிய மாற்றங்களின் முன்பாக ஏற்றுக்கொள்வதற்குத் தயாராக இருக்கிறோம் என்பதே ஆகும். இந்தச் சமரசத்துக்கான புள்ளி ஒவ்வொருவருக்கும் வேறுபடும் என்பதில் தவறில்லை. ஆனால், முன்பு உற்பத்தி செய்தவற்றின் மீதான விசுவாசத்தின் பொருட்டு, அதனையே சமையல் செயவதற்குச் சதா சத்தியம் செய்தபடி நின்றால், அதனை ஆகாரமாக ஏற்பதற்கு இந்த உலகம் தயார் இல்லை என்பதே கசப்பான உண்மை.

கிராமத்திலிருந்து நகருக்கு வருகிறோம். நகரத்திலிருந்து பெரு நகரங்களுக்கு செல்கிறோம். அங்கிருந்து வெளிநாடுகளுக்குப் புலம்பெயருகின்றோம். பொருண்மியக் காரணங்களுக்காக - தனி மனிதத் தேவைகளுக்காக - எங்களை விடுவிப்பதற்கும் விட்டுக்கொடுப்பதற்கும் ஏற்ற விலங்காகப் பழக்கப்படுத்திக் கொள்ளுகின்ற நாங்கள், சமூகமாக சிந்திக்கும்போது வரட்டுத்தன குருட்டுப்பாதையைப் பிடித்துத் தொங்கிக்கொள்வது இங்கிருக்கக்கூடிய பரிதாபமான நிலை.

4. இது உண்மைதான். ஆனாலும் சில சந்தர்ப்பங்களில் சமூகமாகச் சிந்திக்கும் நிலை தவிர்க்க முடியாத ஒன்றல்லவா! அதுவும் ஒடுக்குமுறைக்குள்ளாகிய சமூகத்தைச் சேர்ந்தவர்களாக இருக்கும்போது இது இன்னும் அழுத்தம் பெறுமே! இங்கே

தனிமனிதத் தேவைகளுக்காகச் செய்யப்படும் சமரசங்களையும் சமூகச் சமரசத்தையும் எப்படிச் சமனிலைப்படுத்துவது?

உண்மைதான். ஆனால், தனிப்பட்ட ரீதியிலான சிந்தனைகளும் அதன் செயலாக்கமும்தானே முன்னேற்றகரமான முடிவுகளின் வெற்றிகரமான அடித்தளங்களாக இருப்பதை இன்று கண்கூடாகப் பார்க்கிறோம், இல்லையா! இதனைப் பெரும் தவறாக உதாரணப்படுத்தி, யாரையும் குற்றவாளிக்கூண்டில் ஏற்றவில்லை. ஈழத்தின் இன்றைய நிலையைப் பாருங்கள். சமூகமாக - ஒரு கூட்டு முடிவினால் - உருவாக்கப்படவேண்டிய புதிய அரசியல் செல்நெறிகள் ஏதாவது கடந்த பத்துப் பதின்னான்கு ஆண்டுகளில் வெற்றிகரமாகக் கண்டு அடையப்பட்டிருக்கின்றனவா? மறுபுறத்தில், தாயகத்தில் உள்ளவர்களுக்கு உதவ விரும்புவதாக சொல்லிக்கொள்ளும் புலம்பெயர்ந்தவர்களினாலாவது பொதுவான கட்டமைப்பு ஒன்றை உருவாக்கி அதன் கீழ் ஒன்றுபட முடிந்திருக்கிறதா? இல்லையே. போரை எதிர்கொண்டவர்களால், போரற்ற நிலையை எதிர்கொள்ள - சமாளிக்கமுடியாமல் உள்ளதானது மிகப்பெரிய முரண் அல்லவா?

ஆனால், தனிப்பட்டவர்களின் சிந்தனைகளில் போரற்ற கடந்த பதினான்கு வருட காலத்தில் சொல்லும்படியான செழுமையான திட்டங்கள் ஆங்காங்கே உருவாகியிருக்கின்றன. அவை செயல்வடிவத்தையும் கண்டிருக்கின்றன. அதாவது, இன்றைய உலகம் தனிப்பட்ட ரீதியில் புத்திபூர்வமானதாகவும் கூட்டுமனநிலையின்போது முட்டாள்தனமாகவும் சிந்திக்கிறது.

இதிலிருந்து விடுபடுவதற்கும் குறைந்தது ஒரு சமநிலையை நோக்கி நகர்வதற்கும் எங்களின் முன்னாலுள்ள அன்றாடங்கள் அனைத்தையும் புதிய முறையில் சிந்திப்பவர்களின் வரவு முக்கியமானது. எந்த விடயத்தையும் கடந்த கால லாப - நட்டக் கணக்குகளின் ஊடாக அணுகாத ஒரு தலைமுறையின் நுழைவுதான், சமூகத்தின் தற்போதைய தேவைகளை ஓரளவுக்காவது நிவர்த்தி செய்யமுடியும் என்று நம்புகிறேன்.

5. “இன்றைய உலகம், தனிப்பட்ட ரீதியில் புத்திபூர்வமானதாகவும், கூட்டுமனநிலையின்போது முட்டாள்தனமாகவும் சிந்திக்கிறது” என்பது ஈழச் சூழலில் மிகப் பொருந்துகிறது. இங்கே கூட்டுமனநிலை பெரும் பொய்யாகவும் மாயைகளின் மீது கட்டமைக்கப்பட்டதாகவும் உள்ளது. தனிப்பட்ட வாழ்க்கையை

வேறாகவும் அதற்கு மாறாக பொதுவாழ்க்கையை அல்லது கூட்டுமனநிலையை வேறாகவும் பராமரிப்பதன் நோக்கம் தேவை – அரசியல் என்ன?

பெரும் நெருக்கடிகளுக்குள்ளிருந்து விடுபடுகின்ற மக்கள் சமூகம், கூட்டு மனநிலையிலிருந்து விலகி, தனியான - சுயநலம் மிக்க - பாதைகளைத் தேடிக்கொள்வது வழக்கம். அதுபோல, உலக ஒழுங்குகளில் ஏற்படுகின்ற பாரிய அதிரடியான மாற்றங்களும் மக்களைத் தனித்தனியாக சிந்திப்பதற்கு உதைத்துவிடுவது இயல்பு. இவ்வகையான பயணங்களின்போதுதான், மேற்குறிப்பிட்ட முரணியக்கத்தை அவதானிக்கக்கூடியதாக உள்ளது.

உதாரணத்துக்கு, வெளிநாடுகளுக்கு புலம்பெயர்கின்ற பெரும்பாலானவர்கள் இங்குள்ள அரசுகளுக்கு எதிரான இடதுசாரி முகாம்களுக்குள்ளிருந்து தமக்கான உரிமையை வேண்டிப் போராடுவார்கள். அகதிகள் முகாமிலுள்ளவர்களை விடுவிக்கவேண்டுமென்பார்கள். தாங்கள் விட்டுவந்த நிலத்தில் உள்ள மக்களுக்கு வெளிநாட்டு அரசுகள் உதவவேண்டும் என்றுகூடப் போராட்டம் நடத்துவார்கள். முதலாளித்துவ மனநிலையிலிருந்து வெளியேறி உழைக்கும் மக்களுக்கு உதவவேண்டும் என்று முதலாம் உலக நாடுகளுக்கு ஆலோசனையெல்லாம் கூறுவார்கள்.

ஆனால், இவ்வாறு போராடுபவர்கள் - குரல் எழுப்புறவர்கள் - அனைவருக்கும், இந்த நாட்டில் குடியுரிமையும் இருப்புக்கான நிரந்தரப் பொருளாதார வளங்களும் கைகூடுகின்றபோது, இவர்கள் வர்க்கம் - சாதி போன்ற எல்லாக் கசடுகளையும் சூடிக்கொண்டு, மேலாதிக்கர்களாக உருவாகிறார்கள். முழுமையான லிபரல் விழுமியங்களோடு விஸ்வரூபமெடுக்கிறார்கள். லிபரல் கட்சிகளில் சென்று ஆசனம் கேட்டு, தேர்தலில் போட்டியிடவும்கூடச் செய்கிறார்கள்.

தற்கால உலகில் தங்களின் இருப்புக்கான நிரந்தர நிம்மதி, இப்படியான அர்த்தநாரீஸ்வர சூத்திரத்தில்தான் அடங்கியிருப்பதாக மக்கள் உணர்வதன் வெளிப்பாடுதான் இது என்று நம்பத்தோன்றுகிறது. இதன் நீட்சி ஒருபோதும் ஆரோக்கியமான சமூகத்தை உருவாக்காது.

6. ஊடகம், அரசியல் இரண்டையும் விட்டு இலக்கியத்தின் பக்கம் முழுதாகச் சாய்ந்து விட்டதாகவே உங்களுடைய தற்போதைய எழுத்துகளும் பங்கேற்புகளும் மாறியுள்ளன. உங்களுடைய பிந்திய

கதைகள் அவுஸ்திரேலியத் தன்மையை நோக்கிச் செல்கின்றன. அவுஸ்திரேலியாவுக்கு வருகின்ற அகதிகள், அவுஸ்திரேலியப் பூர்வமக்கள், அவுஸ்திரேலியச் சூழல், அங்குள்ள வாழ்க்கை மற்றும் அரசியல் - பண்பாட்டு நெருக்கடிகள், சிறப்புகள் பற்றியதாக. இதற்கான சிறப்புக் காரணங்கள் ஏதுமுண்டா?

புலம் பெயர்ந்தவர்களின் இலக்கியங்கள் எப்போதும் ஊர் பற்றிய நினைவுகளாகவே பதியப்பட்டுவந்த காலம் தற்போது கொஞ்சம் கொஞ்சமாக மாறிவருகிறது. மாறவேண்டிய காலம் வந்துவிட்டது என்றுகூடக்கூறலாம்.

நினைவிடை தோய்தல் என்ற இலக்கியப் போக்கு புலம்பெயர் எழுத்துகளாய் இன்னும் நிறைந்துள்ளன என்பதும் உண்மையே. இனியும் அது வெவ்வேறு தளங்களில் புதுவழிகளில் நிறைவளிக்கும். ஆனால் புலம்பெயர்ந்த மண்ணில் இருக்கக்கூடிய முரண்பாடு மிக்க வாழ்வியல் சூழலை - அரசியல் குழப்பங்களை - கலாச்சார மோதல்களை - இங்குள்ள பூர்வகுடிகளை - நுட்பமான அவதானங்களின் வழியாக எழுத்துக்களில் கொண்டுவருவதென்பது ஒரு எழுத்தாளனுக்கு இன்னொரு வகையில் சவாலானது. அவசியமானது.

ஒரு புலம்பெயரி சந்திக்கும் கலாச்சார உள்மோதலும் அதனை இலக்கியத்தின் வழியாக வெளிப்படுத்துவதற்கு மேற்கொள்ளும் எத்தனமும், தாயின் கருப்பையினுள் நுழைந்து, மீண்டும் பிறப்பெடுப்பது போன்றது. இதனைத் தனியே மொழியாலும் சம்பவங்களாலும் உருட்டி விளையாடி 'பாவ்லா' பண்ணிவிடமுடியாது. இப்படியான தவப்பேறில் கிடைக்கின்ற கதைகளை எழுதுவதற்கே நான் பெரிதும் விரும்புகிறேன்.

ஏனெனில் நான் இருப்பது ஆஸ்திரேலியாவில். நான் எழுத விரும்புகின்ற கதை தமிழகத்திலோ, ஈழத்திலோ நிகழக்கூடிய சாத்தியமிருப்பின், அப்படியான கதையை எழுத நான் இயன்றவரையில் தவிர்க்கவே விரும்புவேன். இன்னும் சொல்லப்போனால், நான் எழுதக்கூடிய கதைகளுக்கு எனது எழுத்துக்களை மாத்திரமே சவாலாக முன்னிறுத்துகிறேன். அவற்றின் நீட்சியாக, ஆஸ்திரேலிய பூர்வகுடிகளின் வாழ்வு, அவர்களுக்கும் எங்களுக்குமான உணர்வுரீதியான ஒற்றுமைகள் - விலகல்கள் என்று பலவற்றை, கதைகளுக்குள் கொண்டுவரப் பார்க்கிறேன்.

7. அநேகமாக எல்லோருக்கும் தெரிந்த பரப்பில் தெரிந்த விடயங்களை மீட்டுவாக்கம் செய்வதைப்போல ஈழப்போரையும் அதன் எழுச்சி வீழ்ச்சிகளையுமே திரும்பத்திரும்பச் சிலர் எழுதிக் கொண்டிருக்கிறார்கள். போரிலிருந்து தப்பித்து வாழ்ந்து கொண்டு போரைப் பற்றியே எழுதித் தருவது எந்த வகையில் நியாயமானது?

போர் நெடி தீராத நிலத்திற்கு ஏராளம் கதைகள் உள்ளன. ஈழம் என்பது எத்தனை நூற்றாண்டுகள் கடந்தாலும் ஒரு போர் நிலம். அந்த நிலத்தின் குருதிவாடை நிரந்தரமானது. அந்த நிலத்தின் கதைகளை ஈழத்தவர்களால் மாத்திரமே ஆத்மார்த்தமாகச் பதிவுசெய்யமுடியும் என்பதில் அசைக்கமுடியாத நம்பிக்கை உடையவன் நான்.

ஈழத்தின் எழுத்துகள் பற்றிப் பேசுவதற்கு உதாரணமாக ஆஸ்திரேலியாவை எடுத்துக்கொள்வோம். ஆஸ்திரேலியாவில் அபொறிஜினல் ஆதிக்குடிகள் தொடர்பாக எத்தனையோ கதைகள் எழுதிக்குவிக்கப்பட்டன. அவர்களைப் பரிவு தேடும் சமூகமாக சித்தரித்தார்கள். அவர்கள் மீதான போருக்குக் காரணம் சேர்த்தார்கள். வரலாற்றைக் குழப்புவதற்கு தேடித் தேடி கதைகளைச் சோடித்தார்கள். ஆனால், இன்று அடக்கப்பட்டவர்களின் தரப்புக் கதைகள் வெளிவரத்தொடங்கியுள்ளன.

மாறி மாறி வருகின்ற அரசுகள் மன்னிப்பு கேட்டுத் தலைகுனியுமளவுக்கு பல நூற்றுக்கணக்கான வருடங்களுக்கு முன்னர் இடம்பெற்ற பெருங்கொலைகள் சத்தியத்தின் முன்பாக வைத்துக் கேள்விக்குள்ளாக்கப்படுகின்றன. இப்போதெல்லாம், இங்கு கலை - இலக்கியம் உட்பட எந்தச் செயற்பாட்டுக்கும் அபொறிஜினல் மக்களின் வரலாற்றினைப் பயன்படுத்துவதற்கு அனுமதி பெறவேண்டும். வரலாற்றை திரிபுபடுத்தவோ - குழப்புவதற்கோ - கடும் தடைகள் நடைமுறைப்படுத்தப்பட்டுள்ளன.

இதுபோல, ஈழத்தின் போர் வெக்கையானது காலம் கடந்த பின்னரும் எழுத்துகளில் உண்மையுடனும் பொறுப்புடனும் பதியப்படவேண்டும். பகிரப்படவேண்டும். அதற்கு அந்தப் போர் தொடர்பான (எதிர் - ஆதரவு என்ற) பிரச்சார மனநிலை-யிலிருந்து வெளியேறும் இலக்கியப் பக்குவம் வாய்க்கப்பெறுவது எழுத்தாளர்களுக்கு அவசியமாகிறது. இது ஈழ இலக்கியத்தின் பண்புநிலையாக மாற்றமடையவேண்டும்.

புலம்பெயர் இலக்கியமும் போர் இலக்கியமும் ஈழ

எழுத்துகளின் பிரதான முகங்களாக முன்னிறுத்தப்படுகின்ற அதேவேளை, ஈழத்தில் நிலவும் வர்க்க விரோதங்கள், சாதிய குரோதங்கள் போன்றவற்றையும் எழுத்துகளில் அழுத்தமாக பதிவுசெய்யவேண்டும். சம்பவங்களை நேரடியாக எழுதிவிட்டு, பெயர்களை மாற்றிவிட்டால் அது புனைவு என்று நம்புகின்ற மூடநம்பிக்கை முதலில் ஒழியவேண்டும்.

ஈழத்தின் எழுத்துமொழியிலும் விட, பேச்சுமொழியை எல்லோரும் பெருமையோடு போற்றிக் கொண்டாலும், இலக்கியத்தில் இந்தப் பேச்சுமொழி தொடர்பான வித்தியாசங்கள் போதுமானளவு பதிவாகவில்லை. ஈழத்தின் வட்டார வழக்குகளை செறிவாகப் பேணும் பிரதிகள் வரவில்லையென்றே சொல்லலாம். இதற்கான வாய்ப்புகள் இனியாவது உருவாகவேண்டும்.

8. அவுஸ்திரேலியா ஒரு பல்கலாச்சார நாடு. ஜனநாயகச் சிறப்புக்குரிய தேசம் என்றாலும் கூட அகதிகள் விடயத்திலும் பூர்வமக்களின் உரிமைகளிலும் கடுமையான விமர்சனங்களைக் கொண்டுள்ளதே. இதைக்குறித்த கலை, இலக்கிய வெளிப்பாடுகள்?

நவ ஆஸ்திரேலிய தேசம் எனப்படுவது எண்ணுக்கணக்கற்ற படுகொலைகளின் வழியாக - மாபெரும் அழிவின் முடிவில் - உருவாக்கப்பட்ட நாடு. டொலர்களால் ஆசீர்வதிக்கப்பட்டு சகல சௌந்தர்யங்களாலும் தன்னை நிறைத்துக்கொண்டுள்ளபோதும், ஆஸ்திரேலியா இன்றைக்கும் தனது பழைய கறைகளைக் கழுவிக் கொள்ளமுடியாமல் - பூர்வீக மக்களின் குருதி வாடையோடுதான் - எந்த மேடையிலும் ஏறவேண்டியிருக்கிறது. 1967 ஆம் ஆண்டு வரையில், ஆஸ்திரேலிய பூர்வகுடி மக்களுக்கே ஆஸ்திரேலிய குடியுரிமை வழங்கப்படாதளவுக்கு, நவ ஆஸ்திரேலிய அரச இயந்திரம் மூக்குமுட்ட நிறவாதத்தைப் பருகிய மிதப்பில் ஆட்சி செய்துகொண்டிருந்த நாடு இது. ஆனால், இந்த நிலமை இன்று வடிந்துவிட்ட போதிலும், தங்களது பழைய குற்ற உணர்வினை மிகக் கெட்டித்தனமாக அவர்கள் கையாளுகிறார்கள். அரசியல் ரீதியாக பூர்வ குடிகளிடம் பகிரங்கமாக மன்னிப்புக்கேட்டது முதல் எத்தனையோ வழிமுறைகளைத் தொடர்ந்து கையாண்டு வருகின்றார்கள். மன்னிக்க முடியாதளவு குற்றங்களை இழைத்து முடித்துவிட்டு, மன்னிப்பினை வழங்க முடியாதளவுக்கு பூர்வ குடிமக்களின் அரசியல் சிந்தாந்தங்களை - சிந்தனைகளை சிதைத்துவிட்டு, அவர்களிடம் தாங்கள் தொடர்ந்தும் மண்டி-யிடுவதுபோன்ற பிரமையை நாட்டு மக்களுக்கும் வெளியுலகுக்கும்

தொடர்ந்தும் முன்னிலைப்படுத்திக் கொண்டேயிருக்கிறார்கள். தங்களது பணிவையும் கனிவையும் பண்பட்ட ஆயுதங்களாகப் பயன்படுத்த தேர்ந்தவர்களாக, அரசியலைக் கையாளுபவர்கள் ஆஸ்திரேலியர்கள். அகதிகள் விடயத்துக்கும் இது பொருந்தும். ஆஸ்திரேலியாவின் பழைய விந்தில் பிறந்த புதிய குழந்தைதான் அகதிகளுக்கு எதிரான அவர்களது கொள்கை.

ஆனால், ஆஸ்திரேலிய இலக்கியம் இவற்றை இப்போதுதான் - கடந்த இரண்டு தசாப்தங்களாக - முனைப்புடன் எழுத ஆரம்பித்திருக்கிறது. ஆஸ்திரேலிய இலக்கியம் என்பது எது என்பதில் பல குழப்பகரமான கருத்து நிலைகள் இங்கு நிலவின. இன்னும் நிலவுகிறது என்றுகூட சொல்லலாம். ஐரோப்பிய, ஆபிரிக்க இலக்கியங்கள் போன்ற செழுமையும் தனித்துவமும் ஓர்மமும் ஆஸ்திரேலிய கலைப்படைப்புகளில் பெரியளவில் வெளிப்படவில்லை. ஆஸ்திரேலியாவின் முக்கியம் வாய்ந்த - உயரிய - இலக்கிய விருதுகளுக்கான தேர்வு நிபந்தனைகள், உனது ஆஸ்திரேலிய வாழ்க்கையை எழுது என்ற பன்மைத்துவத்துக்கான வரவேற்புக் குரலாகவே அமைந்திருக்கிறது. ஆக, புலம்பெயர்ந்தவர்களின் வாழ்க்கை, அவர்களுக்குள் ஏற்பட்ட பண்பாட்டு - கலாச்சார மோதுகைகள் ஆகியவைதான், இற்றைவரை கணிசமானளவு இலக்கியப் பிரதிகளாக வெளிவந்தவண்ணமுள்ளன.

இந்த வழக்கமான வட்டத்திற்கு வெளியே வந்த புலம்பெயர்ந்தவர்களின் பிரதிகள் அண்மைக்காலங்களில் விருதுகளுக்குத் தெரிவாகியதுடன் பரவலான கவனத்தையும் பெற்றுள்ளன. ஆஸ்திரேலியாவின் மிக உயர்ந்த - Miles Franklin - இலக்கிய விருதினை இந்த ஆண்டு வெற்றிக்கொண்டுள்ள சங்கரி சந்திரனின் Chai Time at Cinnamon Gardens என்ற நாவல், நவ-ஆஸ்திரேலிய சிந்தனையின் போலித்தனங்களை கேள்விக்கு உட்படுத்தியிருக்கிறது. Chai Time at Cinnamon Gardens நாவலின் மூலம் சங்கரி முன்வைத்திருக்கும் அதி முக்கிய கேள்வி - "இந்த நாட்டில் ஆஸ்திரேலியக் குடிமகனாக வசிப்பது என்பது எவ்வாறு? அதனை யார் தீர்மானிப்பது?"

அதேபோல, ஆஸ்திரேலிய அரசினால் புகலிடக் கோரிக்கை நிராகரிக்கப்பட்டு நீண்டகாலமாகக் குடிவரவு அமைச்சின் தடுப்பிலிருந்த ஈரானிய எழுத்தாளர் பெஹ்ரூஸ் பூச்சானி தடுப்பிலிருந்துகொண்டு ஆஸ்திரேலிய அரசு தனக்கு இழைத்துள்ள கொடுமைகளை No Friend But the Mountains என்ற பெயரில் எழுதிய நூலுக்கு 2019 ஆம் ஆண்டு விக்டோரிய அரசாங்கத்தின்

இலக்கியத்திற்கான உயரிய விருது வழங்கப்பட்டது. அப்போதுகூட, அவர் தடுப்பிலிருந்து விடுவிக்கப்படவில்லை.

புலம்பெயர்ந்த எழுத்தாளர்கள், பூர்வகுடி மக்களின் அபிலாஷைகளுடன் இணைந்து நிற்கின்ற ஒரு புள்ளி ஆஸ்திரேலிய இலக்கியத்தில் சிறிது சிறிதாக வளர்ச்சியடைய ஆரம்பித்திருக்கிறது. இந்த இலக்கியம், மீட்பு இலக்கியமாக - குரலற்றவர்களுடன் இணைந்துகொள்ளும் கூட்டு இலக்கியமாகப் பரிணமிக்கும் வாய்ப்பிருக்கிறது.

9. அவுஸ்திரேலிய இலக்கியத்தில் இயங்கும் தமிழுக்கு அப்பாலான பிற மொழியினரோடு உங்களுக்கும் பிற தமிழ் எழுத்தாளர்களுக்கும் உள்ள தொடர்புகள், அவதானங்கள்?

ஆஸ்திரேலியாவிலுள்ள தமிழர்கள் அல்லாத எழுத்தாளர்களிடம் நான் அவதானித்த பொதுமையான பண்பு, தங்களது தாயகத்துடனான விடுபடல்களை, புதிய நிலத்தில் சந்திக்கின்ற பண்பாட்டு முரண்களை, கலாச்சார அழுத்தங்களை தங்கள் எழுத்துகளுக்குள் பத்திரப்படுத்துவதில் அவர்கள் தீவிரமாக உள்ளார்கள். அதாவது, ஆப்கானிஸ்தான், ஈராக், ஈரான், பர்மிய எழுத்தாளர்களிடம் இந்தப் பண்பு உள்ளது. எழுத்துகளுக்கு அப்பால், இந்த சமூகங்கள் அனைத்திடமும் காட்சிக்கலை மீது அதிக ஆர்வமிருக்கிறது. குறும்படங்களின் ஊடாகத் தாங்கள் சொல்ல வருகின்ற செய்தியை முன்வைப்பதில் இவர்கள் கூடுதல் ஆர்வம் காண்பிக்கிறார்கள்.

வட இந்தியர்கள் பொதுவில் கவிதைகளுக்கு முக்கியத்துவம் கொடுக்கிறார்கள். ஹிந்தி மொழி செவ்வியல் கவிதைகளை மீள் வாசிப்புச் செய்கின்ற சந்திப்புகளை நடத்துகிறார்கள். அவர்களது கவிதை வாசிப்பு முறையே தமிழுக்குப் புதிததாகத் தெரிகிறது. கவிதை வாசித்துக்கொண்டிருக்கும்போது, கேட்டுக் கொண்டிருக்கிப்பவர்கள் இடையிடையே, கவிதையைப் பாராட்டி ஏகமாய் ஒலி எழுப்புவதும் அதற்கேற்ப வாசிப்பாளரும், குறிப்பிட்ட வரிகளை மீளப்படித்து, இயைந்து செல்வதும் என்று அவர்களின் கவிதை முகாம்கள் சுவாரஸ்யம் மிகுந்தவையாக காணப்படுகின்றன.

ஆஸ்திரேலியாவின் பூர்வீக எழுத்தாளர்கள் புதிதாக நாவல் - கவிதை - சிறுகதை வடிவங்களுக்குள் வந்தவர்கள். ஆபிரிக்க கறுப்பினத்தவர்களின் இலக்கியம் போன்ற நேர்த்தியான

பின்னணி ஆஸ்திரேலியப் பூர்வீக மக்களுக்குக் கிடையாது. ஆஸ்திரேலிய பூர்வீக குடிகள் தங்கள் வாழ்க்கையை இயற்கைக்கு ஒப்புக்கொடுத்தவர்கள். பாதைகளில் - பாறைகளில் - மரங்களில் வரி வடிவங்களாக ஓவியங்கள் வரைவது, வாய்வழிக் கதைகளாகத் தங்களது வரலாற்றை அடுத்த தலைமுறைக்கு எடுத்துச் சொல்வது போன்ற பண்பாட்டு வழிகளின் ஊடாக, தங்களது கலாச்சாரத்தை சேகரப்படுத்துபவர்கள். காலனித்துவ ஆட்சிக்குப் பிறகுதான் பூர்வீக மக்களிடையே நாவல் - கவிதை - சிறுகதை வடிவங்கள் சிறிது சிறிதாகப் புழங்கத் தொடங்கியிருக்கின்றன. அவர்களின் இலக்கியங்கள் கூடுதலாக இயற்கையுடனான தங்கள் ஊடாட்டத்தை, இயற்கையை தெய்வமாக வழிபடுகின்ற அமானுஷ்யத்தை பதிவு செய்து, அதிலிருந்து மருவி, தங்களுக்கு இழைக்கப்பட்ட அநீதிகள் குறித்து தற்போதுதான் எழுத்தில் பேச ஆரம்பித்திருக்கிறார்கள். அவர்களுடனான தொடர்பில் உணர்ந்துகொண்டது, அவர்களின் மூதாதையருக்கு நிகழ்ந்த கொடிய வடுக்களை நேரடியாகப் பேசிவிடமுடியாது. பேசவும் கூடாது. தங்களை யாரும் பரிதாபத்துடன் பார்ப்பதை அவர்கள் அறவே நிராகரிக்கிறார்கள். தங்களைக் காட்சிப்பொருளாக அணுகும் யாரையும் அவர்கள் வெறுக்கிறார்கள்.

ஆஸ்திரேலிய வெள்ளையினத்தவர்களின் எழுத்துகளில் தனித்தன்மையை அவதானிக்கமுடிவதில்லை. அவர்கள் எழுதுகின்ற இலக்கியம் இயல்பாக - கூர்மையாக - அமையப்பெற வேண்டுமென்றால், தங்களின் முன்னோர்கள் இழைத்த கொடுமைகளை - பூர்வ குடிமக்கள் மீது தொடுத்த போரைத்தான் எழுதவேண்டும். அது மன்னிப்புக் கோரும் இலக்கியமாக - குற்ற உணர்விலிருந்து - எழுதப்படவேண்டும். அவர்களின் ஆழ்மனதில் தோன்றுகின்ற தூய உணர்வின் வெளிப்பாடாக அமையவேண்டும். அப்படியான பிரதிகள் எதுவும் வெளியாகி உலுப்பிக்கொண்டதாக நான் கேள்விப்படவில்லை.

அந்தப் பணியை இயன்றளவு, இந்த நாட்டுக்குப் புலம்பெயர்ந்து வந்தவர்களே செய்துகொண்டிருக்கிறார்கள்.

10. உங்களுடைய ஆழியாள், மார்ட்டினா, புலரியில் மறைந்த மஞ்சள் கடல், அவனை எனக்குத் தெரியாது போன்ற கதைகள் புதிய அறிதற் பிராந்தியத்தைத் திறக்கின்றன. இப்படியான புதிய தெரிவுகளில் உங்களுடைய கவனம் எப்படித் திரும்பியது?

'அவனை எனக்குத் தெரியாது' சிறுகதை, ஆஸ்திரேலிய தமிழ் இளைஞன் மயூரன் சுகுமாரனுக்கு இந்தோனேஷியாவில் நிறைவேற்றப்பட்ட மரண தண்டனையை அடிப்படையாகக் கொண்டு எழுதப்பட்டது. அந்த மரண தண்டனை என்னை மிகவும் பாதிப்புக்குள்ளாக்கிய சம்பவம். ஒரு தமிழனுக்கு வழங்கப்பட்ட மரண தண்டனை என்பதற்கு அப்பால், "நான் திருந்திவிட்டேன் என்னை உயிர் வாழ விடுங்கள்" என்று பதினொரு வருடங்களாக சிறைவாசம் அனுபவித்த பின்னர் முன்வைத்த வேண்டுகோள் நிராகரிக்கப்பட்டு, அவன் சுட்டுக்கொல்லப்பட்ட சம்பவம் அது. தன்னைச் சிறையிலிருந்து விடுதலை செய்யவும் கோரவில்லை. கொலை செய்யவேண்டாம் என்றுதான் கேட்டான். "பாலி - 9" என்று மிகப்பிரபலமான இந்தப் போதைப்பொருள் கடத்தல் வழக்கினை நான் ஆரம்பத்திலிருந்தே அவதானித்து வந்தேன்.

சட்டத்தின் ஊடான தண்டனை என்பது, சமூகத்தில் இனிமேல் குற்றம் இடம்பெறக்கூடாது என்ற அச்சத்தையும் அக்கறையும் ஏற்படுத்துவதுடன், குறிப்பிட்ட குற்றவாளியினால் சமூகத்திற்கு ஒருபோதும் ஆபத்து ஏற்பட்டுவிடக்கூடாது என்பதையும் உறுதி செய்யும் நடவடிக்கை. மயூரன் சுகுமாரன் விடயத்தில், அவன் குற்றத்தை உணர்ந்தான். வருந்தினான். சிறையிலேயே சித்திரக் கலைஞனாக உருவாகினான். மேம்பட்ட மனிதனாகத் தன்னை உருவாக்கினான். பதினொரு வருட சிறைவாழ்க்கை அவனைப் புதிய மனிதனாக அகத்திலும் புறத்திலும் மாற்றியது. இந்த நிலையில்தான் அவனை இழுத்துச் சென்று சுட்டுக்கொன்று தண்டனையை நிறைவேற்றினார்கள்.

ஈற்றில், மரண தண்டனை நிறைவேற்றப்பட்டபோது ஆஸ்திரேலிய - இந்தோனேஷிய மக்களின் மனநிலைகளையும் உற்றுப்பார்த்தேன். சட்டங்களுக்கு மேல் அரசியல் என்பது எவ்வளவு பாரதூரமான செல்வாக்குச் செலுத்தக்கூடியது என்பதையும் கண்டேன். அந்த சம்பவங்களின் ஏற்படுத்திய திரட்சியான வலிதான், 'அவனை எனக்குத் தெரியாது.'

அதுபோல, 'புலரியில் மறைந்த மஞ்சள் கடல்', இந்த நாட்டை எப்போதும் பீடித்திருக்கக்கூடிய அகதிகள் சிக்கலை பிறிதொரு கோணத்தில் அணுகிய சிறுகதை. அந்தச் சிறுகதையில் இயல்பானதொரு உணர்வோட்டம் வரவேண்டும் என்பதற்காக, மெல்பேர்னில் எனது வீட்டுக்கு சற்று அருகில் உள்ள மயானத்துக்கு இரண்டு மூன்று தடவைகள் இரவில் சென்று தனியே அலைந்து திரிந்து, அதன் சூழலை அவதானித்துவிட்டெல்லாம் வந்தேன்.

அகதிகள் பிரச்சினையை ஒரு அகதியாக அனுபவித்தாலே ஒழிய புரிந்துகொள்ளவே முடியாது. அகதிக்கு இருக்கக்கூடிய வலி பல பரிணாமங்கள் கொண்டது. அகதி என்ற தலைப்பின் கீழ், இன்று எத்தனையோ வித்தியாசமான வகை மாதிரிகளை எழுதிவைத்துவிடலாம். ஒரு அகதிக்கான தீர்வு கிடைக்காதபோது, அவனது இருப்பு ஒவ்வொரு வருடமும் அவனை அவன் ஆயுளில் பின்னோக்கித் தள்ளியவண்ணமுள்ளது. அவன் அனுபவிக்கும் வலிகளில் பல மடங்குகளைத் தலைக்குள் நுழைத்துவிடுகிறது. இந்த உச்ச வலியை ஒரு அகதி, இன்னொரு அகதியோடு மயானத்திலிருந்து பேசும்போது அந்த உரையாடலுக்கான பெறுமதி மேலும் அதிகரிக்கும் என்ற நோக்கில் எழுதிய கதை அது.

'ஆழியாள்' - ஆஸ்திரேலியாவுக்கான இலங்கையரின் முதலாவது புலம்பெயர்வை அடிப்படையாக வைத்து எழுதப்பட்ட சிறுகதை. ஆஸ்திரேலியாவுக்கான இலங்கையரின் புலம்பெயர்வு 17-18 ஆம் நூற்றாண்டில் இடம்பெற்றது. மன்னாரிலிருந்து முத்துக்குளிப்பதற்காக அழைத்துவரப்பட்ட இருபது பேர்தான், ஆஸ்திரேலியாவுக்கு வந்த முதலாவது இலங்கையர் என்று கூறப்படுகிறது. 'வியாழக்கிழமை தீவு' எனப்படுகின்ற குவீன்ஸ்லாந்தின் வடக்கிலுள்ள தீவுக்குக் கொண்டுவரப்பட்ட இவர்கள், 'சிலோன்' என்ற அடைமொழியோடு அழைக்கப்பட்டார்கள். ஆஸ்திரேலியக் கடலில் முத்துக்குளிப்பதற்கு இவர்கள் ஈடுபடுத்தப்பட்டார்கள். இந்த வரலாற்றை முக்கியப்படுத்தும் விதமாக எழுதப்பட்ட மிக நீண்ட சிறுகதை. ஒரு அச்சு இதழாக 'நீலம்' இந்தக் கதையை இடச்சிக்கல் பாராது பிரசுரித்தமை எனக்கு மிகுந்த ஆச்சரியத்தைத் தந்தது.

முன்னர் குறிப்பிட்டதைப்போல, இந்த நாட்டில் இடம்பெற்ற வரலாற்று ரீதியான சம்பவங்கள், ஒரு புலம்பெயரிக்கு ஆச்சரியத்தை ஏற்படுத்தக்கூடிய அபூர்வமான நிகழ்வுகள், புலம்பெயர்தலில் இருக்கக்கூடிய அரூபமான சிக்கல்கள் போன்றவற்றை எழுதுவதற்கு இலக்கியத்தின் புதிய தளங்கள் இடமளிக்கின்றன. சம்பவங்களாகப் பதிவு செய்து பல விடயங்களை வரலாற்றில் கரைத்துவிடுவதிலும் பார்க்க, அரிய காலமொன்றின் மனசாட்சியை - மனப்போராட்டத்தை - மன வடுக்களை நுட்பமாக எழுதுவதற்கு இலக்கியம் தேவைப்படுகிறது. புனைவின் சுதந்திரத்தின் வழியாக, காலத்தின் நரம்பில் ஒலிக்கும் துடிப்பினை எழுதுவதற்கு இலக்கியம் இன்றியமையாததாகிறது.

***11.* தமிழிலக்கியம் இன்று தமிழகம், ஈழம் என்பதற்கு அப்பால் உலகப்பரப்பில் பேரனுவங்களையும் பெரும் பிராந்தியங்களையும் கொண்டியங்குகிறது. அ. முத்துலிங்கம், சேரன், ஷோபாசக்தி, கலாமோகன் தொடக்கம் நவீன், பா. அ. ஜெயகரன், தர்மு பிரசாத், அனோஜன் பாலகிருஸ்ணன், சாதனா வரை வெவ்வேறு திணைகள், வெவ்வேறு நிலங்கள், வெவ்வேறு நாடுகளில் இருந்து கொண்டு எழுதுகிறார்கள். ஆனாலும் இந்த வேறுபாடுகளையும் சிறப்புகளையும் கண்டுணர்ந்து வெளிப்படுத்தும் ஆய்வு, விமர்சனம் எதுவும் குறிப்பிடக்கூடிய அளவுக்கு இல்லையே. காரணம் என்ன?**

ஈழ இலக்கியம் பற்றிய ஆரோக்கியமான சமகால உரையாடல்கள் மிகவும் மந்த நிலையில் உள்ளன. இதனை வெளிப்படையாக நாங்கள் ஒப்புக்கொள்ளவேண்டும். இலக்கியம் என்பது வருமானமில்லாத தொழில், அதில் ஈடுபடுபவர்களுக்கு பாரம்பரியமாகவே சமூக அங்கீகாரங்கள் கிடையாது போன்ற வாய்பாடுக் காரணங்களுக்கு அப்பால், இலக்கிய ரீதியிலேயே காணப்படுகின்ற பின்னடைவுகளை எடுத்து நோக்குவோம்.

ஈழத்திலும் புலம்பெயர்ந்த தேசங்களிலும் நூல் வெளியீடுகளின் எண்ணிக்கைக்கு சமாந்தரமாக அந்த நூல் குறித்த ஆய்வுகளோ உரையாடல்களோ போதியளவு மேற்கொள்ளப்படுவதில்லை. பொதுவில் வாசிப்பு என்பதே மேலோட்டமானதாகவே இருக்கிறது. புத்தகங்களைப் படிப்பவர்களிடமும்கூட ஒருவித கள்ள மௌனம் நிலவுகிறது. இலக்கியம் என்ற அறிவுச் செயற்பாட்டுக்கு இது எதிரானது. முன்பு சிறுபத்திரிகைச் சூழலில் - எழுதியவர் யாரென்றே தெரியாத - படைப்பாளிகளுடனான தொடர்பற்ற - காலப்பகுதியில் நிலவிய அந்நியோன்யமும் இறுக்கமும், இன்று அருகிலே எழுத்தாளரைக் கண்டுகொள்ளும் வாய்ப்பிருந்தும் தொலைவாகிவிட்டது. வாசிப்பின் உன்னதங்களை அல்லது நீண்ட உரையாடல்களை எதிர்கொள்ளும் அறிவுசார் களம் முற்றாகக் கலைந்துவிட்டது.

ஆங்காங்கே மேற்கொள்ளப்படுகின்ற அபூர்வமான உரையாடல்களும்கூட, வாசிப்பதை அப்படியே ஒப்புவித்துவிட்டு, அதற்கு விமர்சனம் - திறனாய்வு போன்ற கலைச்சொற்கள் அணியப்படுகிறதே தவிர, வாசிப்பிலிருந்து தாங்கள் தொகுத்துக் கொண்டதை நுட்பமாகக் கூறும் கூர்மை இன்னும் போதவில்லை.

இதற்கு மிக முக்கிய உதாரணம், அண்மையில் வெளியான தனுஜா என்ற திருநங்கையின் கதை. அது ஒரு தன்வரலாற்று நூல்.

இந்த நூல் வெளிவந்தவுடன், நூல் குறித்த மெய் நிகர் உரையாடல்கள் ஈழத்தமிழர் வட்டத்தில் பரவலாக இடம்பெற்றன. இந்த உரையாடல்களில் கலந்துகொண்டவர்களில் பெரும்பாலனவர்கள், தனுஜாவின் தனிப்பட்ட வாழ்வு சம்பந்தமான கேள்விகளைக் கேட்டு, அவரது வாழ்க்கையை ஆழமாகக் குடைந்து குடைந்து நூலில் இல்லாத ஏதாவது புதினத்தை, தோண்டி எடுத்துவிடலாம் என்று அங்கலாய்த்தார்களே தவிர, வாசகர்களாக யாரும் உரையாடவில்லை. இன்னும் குறிப்பாகச் சொல்லப்போனால், ஒரு தன்வரலாற்று நூலை எவ்வாறு அணுகுவது என்ற அடிப்படைப் பண்புநிலைகள்கூட அவர்களுக்குப் புரியவில்லை.

நீங்கள் குறிப்பிட்டதைப்போல ஷோபா, முத்துலிங்கம் போன்றவர்கள் குறித்தே, தமிழகத்தில் எழுத்தப்பட்டளவு ஈழத்தமிழர்கள் மத்தியில் ஆழமான ஆய்வுகளோ - மதிப்பீடுகளோ எழுதப்படவில்லை.

இந்த விடயத்தில் தமிழகச் சூழலை ஒப்பீடு செய்யவேண்டிய தேவையிருக்கிறது. இன்று ஜெயகாந்தனும் ஜி. நாகராஜனும், மௌனியும் ஏன் பாரதியும்கூட அங்கு தொடர்ந்து மீள் வாசிப்புச் செய்யப்படுகிறார்கள். அவர்களது எழுத்துகள் மீள் பதிப்புச் செய்யப்பட்டவண்ணமுள்ளன. புதிய தலைமுறையினர் வெவ்வேறு கோணங்களில் தமது வாசிப்பு அனுபவத்தை எழுதுகிறார்கள். ஆனால், ஈழத்தில் ஜனரஞ்சகமாக அறியப்பட்ட எழுத்தாளர்களைத் தவிர, இன்னும் எத்தனையோ பேரின் எழுத்துகள் காலச்சுழலில் விடுபட்டுப்போய்விட்டன. ஏன், எழுத்தாளர்களின் பெயர்களே அவ்வப்போது அவர்கள் காலமாகும்போதுதான் அறியவருகின்றன. இது எவ்வளவு பெரிய அவலம்.

ஒரு அறிவியக்கச் செயற்பாடென்பது மற்ற எல்லாத் துறைகளைப்போல தொடர்ச்சியாக நடைபெற்றுக் கொண்டிருக்க வேண்டியது. அதன் முக்கியத்துவம் உணரப்படாத வரைக்கும், இலக்கிய ஆய்வுகள் போன்ற பெரும்பணிகள் ஈழத்தமிழ் பரப்பில் இடம்பெறுவதற்கு சாத்தியமில்லை.

ஆசிரியரின் பிறநூல்கள்

- காலியாக்கப்பட்ட நாற்காலியில் அமர்ந்திருக்கும் புலி (அரசியல் கட்டுரைகள்) - மகிழ் பதிப்பகம் - கிளிநொச்சி 2017
- பெய்யெனப் பெய்யும் வெயில் (நினைவுக்குறிப்புகள்) - மகிழ் பதிப்பகம் - கிளிநொச்சி 2018
- அமீலா (சிறுகதைத் தொகுப்பு) தமிழினி 2020
- தாமரைக்குள ஞாபகங்கள் (நினைவுக்குறிப்புகள்) தமிழினி 2020
- உன் கடவுளிடம் போ (சிறுகதைத் தொகுப்பு) தமிழினி 2021
- நாடற்றவர்களின் கடவுச்சீட்டு (விகடன் தொடர்) விகடன் பதிப்பகம் 2023

நன்றி

காலம்
வனம்
தமிழினி
வல்லினம்
வையம்